सहा भाषणे

वि. स. खांडेकर

AA000849

मेहता पब्लिशिंग हाऊस

Please contact us at **Mehta Publishing House,** Pune.
Email : production@mehtapublishinghouse.com
Website : www.mehtapublishinghouse.com

SAHA BHASHANE by V. S. KHANEDKAR

सहा भाषणे : वि. स. खांडेकर / भाषणे

Email : author@mehtapublishinghouse.com

© सुरक्षित

मराठी पुस्तक प्रकाशनाचे हक्क मेहता पब्लिशिंग हाऊस, पुणे.

प्रकाशक : सुनील अनिल मेहता, मेहता पब्लिशिंग हाऊस,
१९४१, सदाशिव पेठ, माडीवाले कॉलनी, पुणे - ३०.

मुखपृष्ठ : चंद्रमोहन कुलकर्णी

प्रकाशनकाल : जानेवारी, १९४१ / ऑक्टोबर, १९९६ /
पुनर्मुद्रण : सप्टेंबर, २०१४

P Book ISBN 9788171615940
E Book ISBN 9789386342959
E Books available on : play.google.com/store/books
www.amazon.in/b?node=15513892031

ज्ञानदेवाच्या काळापासून
जिचा ओघ
अखंड वाहत आला आहे,
त्या
महाराष्ट्रीय रसिकतेस

अनुक्रमणिका

मराठी साहित्य संमेलन, बडोदे
सन १९३४
अधिवेशन एकोणिसावे
कथाविभाग

सन्मान्य अध्यक्ष व थोर सभाजनहो,

यंदाच्या साहित्य संमेलनातील हे अध्यक्षस्थान मी जितक्या आनंदाने तितक्याच साशंकतेने स्वीकारीत आहे. अर्थात, यातील आनंदाचे श्रेय जसे आपणा सर्वांना, तशी साशंकतेची जबाबदारी सर्वस्वी माझ्यावर आहे, हे सांगायला नकोच. वय व वाङ्मयकर्तृत्व या दोन्ही दृष्टींनी लहान असलेला माझ्यासारखा कथालेखक आणि जनसमाजाला आपल्या जादूने मुग्ध करून सोडणाऱ्या कथावाङ्मयासारख्या साहित्य विभागाचे अध्यक्षस्थान! कुठे माडाचे चुडत आणि कुठे लक्ष्मीविलास राजवाडा! केवळ आपल्या माझ्यावरील उत्कट प्रेमामुळे आज ते चुडत या स्थानी बसत आहे, त्याची मला पूर्ण जाणीव आहे. गेली सतरा-अठरा वर्षे मी गोमंतकाच्या सान्निध्यात काढली. त्यामुळे लॉटरी उघडल्याबरोबर माणसांची नशिबे उघडल्याच्या बातम्या वारंवार माझ्या कानांवर पडल्या आहेत. पण त्या लहरी लक्ष्मीच्या लॉटरीचे एक रुपयाचे तिकीट काढण्याचा अजूनही मला धीर झालेला नाही. वाटते - रुपया देऊन सोळा आणे फजिती करून घेण्यात काय हशील आहे? पण पंधरा वर्षांपूर्वी पोरसवदा हौसेने सरस्वतीदेवीने मंजूर केलेल्या सोडतीतील एक तिकीट मात्र मी काढले. त्या तिकिटाला आजच्या अध्यक्षस्थानाइतके मोठे बक्षीस कधी काळी मिळेल, अशी त्या वेळी मला स्वप्नातही कल्पना आली नव्हती. येणार तरी कुठून?

तेव्हा जी स्वप्ने पडत त्यात मासिकांच्या संपादकांचे नाटकातील खलपुरुषासारखे दिसणारे चेहरे व त्यांनी केराच्या टोपल्यांत फेकून दिलेल्या माझ्या कविता याच गोष्टी प्रामुख्याने असत!

संशयरत्नमाला

माझ्याहून ज्येष्ठ व श्रेष्ठ असे प्रो. वा. म. जोशी, डॉ. केतकर, श्री. गुर्जर, वरेरकर, प्रो. फडके प्रभृती अनेक कथालेखक महाराष्ट्रात आहेत. पण जोशी-केतकरांनी मोठ्या संमेलनाचे अध्यक्षस्थान भूषित केलेले. देवाला वाहिलेल्या फुलाचा वास घेण्यासाठी उपयोग कोण करणार? त्यातून कथाविभागाचे अधिवेशन यंदाच पहिल्याने होत आहे. क्रिकेटमध्ये कॅप्टन अगर उत्कृष्ट खेळाडू यांना खेळाच्या तोंडी देत नाहीत. आमच्या कथालेखक चमूतील कॅप्टन प्रो. फडके व टोलेबाजी करणारे डावखुरे वरेरकर यांना मागे ठेवून मला पुढे करण्यातही बहुधा आपली हीच दूरदृष्टी असावी. सापाकडून चावून घेण्याची जी दुष्ट खोड मला जडली आहे व वर्तमानपत्रांच्या कृपेने जी जगजाहीर झाली आहे, तीही कदाचित याच्या मुळाशी असेल. कारण काहीही असो, ही संशयरत्नमाला इथेच गुंडाळून ठेवून आपल्या माझ्यावरील निरतिशय प्रेमाबद्दल मी आपले मन:पूर्वक आभार मानतो.

आपण मला दिलेला हा मान पाहून ज्यांच्या डोळ्यांत आनंदाश्रू उभे राहिले असते, ते गुरुवर्य श्रीपाद कृष्ण कोल्हटकर आज इथेच नव्हे, तर इहलोकातही नाहीत, ही गोष्ट माझ्याइतकीच आपणालाही जाणवेल, असे मला वाटते. 'बबीची तयारी' या त्यांच्या छोट्या गोष्टीतील लहानग्या बबीसारखी माझी स्थिती झाली आहे. आजोबांनी बबीला दिलेल्या सुंदर खेळण्यांप्रमाणे कोल्हटकरांनी दाखविलेल्या मार्गाने जाऊन मलाही शारदोपासनेची मधुर फळे मिळत आहेत. पण बबीच्या त्या खेळण्यांनी आजोबांची चिरनिद्रा जशी भंग पावू शकली नाही, त्याप्रमाणे या मधुर फळांचा रस तात्यासाहेबांना काळनदीच्या ऐलतीरावर आकर्षून आणू शकणार नाही. त्यांच्या पूज्य चरणी कृतज्ञतेचे अश्रू वाहून मी माझ्या कामांकडे वळतो.

कथावाङ्मयाचा आढावा

हे काम मात्र अत्यंत आनंदाचे आहे. माझ्यासारख्या कथाप्रदेशाच्या कुळकर्ण्याला 'तुझ्या भागात यंदा कसं काय पीक आहे?' असा प्रश्न सरस्वतीदेवी करणारच. या प्रश्नाचे उत्तर म्हणून 'खोटा रपोट' करण्याचे मला मुळीच कारण नाही; यापेक्षा अधिक आनंदाची गोष्ट दुसरी कोणती असू शकेल? 'सोळा आणे पिकलंय यंदा!' असं अभिमानाने सांगून त्या पिकाचा तपशीलच मी हजर करतो.

कथाक्षेत्रातील मुख्य पिके दोन. जिरायती म्हणजे कादंबऱ्या आणि बागायती

म्हणजे लघुकथा व गोष्टी. चालू वर्षी गेल्या कित्येक वर्षांपेक्षा अधिक कादंबऱ्या प्रसिद्ध झाल्या. एवढेच नव्हे तर वैचित्र्य व वाङ्मयगुण या दृष्टींनीही त्या डोळ्यांत भरण्याजोग्या आहेत. साठी उलटलेल्या अगर तिच्याकडे झुकलेल्या केळकर-जोशी- वरेरकरांपासून तिशीच्या आत-बाहेर असलेल्या दिवाकर कृष्ण, गांगल, विभावरी शिरूरकर प्रभृती (विभावरीबाईंचे वय मी सांगत आहे; अर्थात त्यांची माझी खूपच ओळख असली पाहिजे, असा तर्क लढवून वर्तमानपत्रांचे बातमीदार माझ्यावर मुलाखतीचा मारा करतील, हे मी जाणून आहे!) लेखकांनी यंदा कादंबरीला करभार दिला आहे. वार्धक्यात तरुणांची तडफ दाखविणाऱ्या वरेरकरांपासून तारुण्यात प्रौढाचे गांभीर्य दाखविणाऱ्या य. कृ. खाडिलकरांपर्यंत विविध मनोवृत्तीचे लेखक या कादंबरीकारांत आहेत.

श्री. तात्यासाहेब केळकरांवर मराठी कादंबरी रागावलीच होती. तिने तरी का रागावू नये? एखाद्या भावाने सात-आठ बहिणींना बहुमोलाची ओवाळणी घालून एखादीलाच वगळले, तर तिला राग आल्याशिवाय राहील का? ती द्ररिद्री अगर स्वभावाने वाईट असती तर गोष्ट निराळी; पण बोलूनचालून कांदबरी ती! केळकरांनी तिचा फार वर्षांचा राग लक्षात घेऊन तिच्या तबकात संस्थानिकच घातला हे ठीक झाले! दिवाकर कृष्णांची लेखनकलिका म्हणजे जणू काही किशोरीचे हृदयच! ती फार वर्षांनी यंदाच उमलली! 'सुशीलेच्या देवा'नंतर 'इंदु काळे व सरला भोळे' या दीड देवतांचे (पहिली अर्धी व दुसरी संपूर्ण) पूजनही प्रो. वा. म. जोशी यांनी याच वर्षी केले. विभावरीबाईंनी वाचकांना 'हिंदोळ्यावर' बसवून दिलेले झोके तर अगदी ताजे आहेत. शिखरे, गांगल, निरंतर प्रथमतःच कादंबरीक्षेत्रात पदक्षेप करीत आहेत. उलट बेहरे, हडप, कु. प्रभावळकर प्रभृतींना या क्षेत्रातील मार्ग सुपरिचित आहे. गेल्या दशकातील अत्यंत लोकप्रिय कादंबरीकार प्रो. फडके यांचे नाव या यादीत नाही, असे पाहून वसुलाचा हिशेब घेणाऱ्या स्वरस्वतीदेवीला चुकल्या चुकल्यासारखे वाटले असते. गेली दहा वर्षे सोने पिकविणारी ही जमीन यंदा पड राहिली म्हणून सांगावे, तर तिचा विश्वाससुद्धा बसला नसता असल्या गोष्टीवर सुदैवाने तसे सांगण्याचे कारण राहिले नाही. प्रो. फडके यांची स्त्री -जीवनातील एका महत्त्वाच्या विषयावरील कादंबरी 'किर्लोस्कर'मध्ये नुक्तीच सुरू झाली आहे.

कथावाङ्मयातील वैचित्र्य

या विविध कादंबऱ्यांच्या अंतरंगाकडे वळले तरीही हेच चमत्कृतिपूर्ण वैचित्र्य अनुभवाला येईल. वरेरकर वाचकांना गिरणीची हवा खायला नेत आहेत; तर केळकर त्यांना संस्थानात सहल करायला लावीत आहेत. एकीकडे वामनराव जोशी गांधींचे शिष्यत्व पत्करलेल्या विनायकराव भोळे यांच्या आयुष्याची करुणरम्य कथा

सांगत आहेत, तर दुसरीकडे शिखरे देशभक्तीच्या पायी प्रणयिनीचा हात झिडकारणाऱ्या एका कॉलेजकुमाराच्या आयुष्याचे वर्णन करीत आहेत. 'सदानंद'कर्ते खाडिलकर विवाहित पत्नीला सोडून परस्त्रीवर लुब्ध होणाऱ्या नायकाच्या चित्रणात गुंग! उलट 'किशोरीच्या हृदया'त हिराशी चोरटा प्रेमसंबंध ठेवूनही किशोरीला आपली पत्नी करू इच्छिणारा नायक रंगविण्यात दिवाकर कृष्ण दंग! राजकीय काय अपार सामाजिक काय दोन्ही प्रकारच्या कथाचित्रांत अदभुत अनुभव मुळीच नाहीत असे नाही. केळकरांच्या कादंबरीचा संस्थानिक नायक राज्यदानाला तयार झालेला दिसतो तर विभावरीबाईंची अचला केवळ मातृपदाकरिता विरागाशी संबंध ठेवीत असलेली आढळते. हे टोले मोठे असले तरी चाराचेच आहेत. पण 'नंदनवनात' या कादंबरीच्या लेखकाने प्रेमळ पतिपत्नींचे जोडपं रंगवून त्यातील पतीला जी दुसरी स्त्री आवडू लागते, तिला सवत म्हणून पत्नी मोठ्या आनंदाने घरात आणते, असे दाखविले आहे! जग पूर्णत्वाकडे चालले आहे हेच खरे! प्रणयविषयक औदार्याचे सारे श्रेय अशा रीतीने स्त्रीजातीकडे जात असलेले पाहूनच की काय 'वसुंधरा'कर्ते रांगणेकर यांनी 'सीमोल्लंघना'त पती व प्रियकर या दोघांच्याही सहवाससुखाचा लाभ घेणारी नायिका रंगविण्याची घोषणा केली. 'बहुरत्ना वसुंधरा!' दुसरे काय ?

पण हा संधिवात नव्हे!

कलागुणांच्या दृष्टीनेही या कादंबऱ्या काही कमी विविध नाहीत. केळकरांनी हरिभाऊंच्या वेळी रूढ असलेल्या धोपट कथापद्धतींचा अवलंब केला आहे, तर वामनराव जोश्यांनी पत्रांचा आश्रय करून आपल्या कादंबरीला नावीन्यपूर्ण रम्यता आणिली आहे. 'आसवांची माळ.' 'हिंदोळ्यावर', 'इंदु काळे व सरला भोळे,' 'थोरली आई' इत्यादी कादंबऱ्यांकडे पाहिले, म्हणजे कादंबऱ्यांचा कल हातपाय आखडण्याकडे होऊ लागला आहे असे दिसून येईल; पण हा संधिवात नाही हे खास! 'परत-भेट' व 'किशोरीचे हृदय' या वरील कादंबऱ्यांपेक्षा मोठ्या आहेत; पण लहान मुलांचे जेवण मोठ्या माणसांच्या न्याहारीला पुरताना मारामार होते, हा मागच्या पिढीचा अनुभव त्यांनाही आला असता. एवढ्या पृष्ठसंख्येत हरिभाऊंच्या कथानकाने मध्यसुद्धा गाठला नसता. ही अल्पविस्तार पद्धती वाईटच आहे, असे मी म्हणत नाही. अंगात घालायच्या कोटापासून जगात काढायच्या दिवसांपर्यंत सर्वच गोष्टी सध्या लहान होऊ लागल्या आहेत! तिथे बिचाऱ्या कादंबरीने मोठे राहावे, असे म्हणण्यात हशील काय! पण लघुकादंबरी म्हणजे मुग्धावस्थेतील कुमारिका, आजारीपणामुळे लहान दिसणारी लेकुरवाळी बाई नव्हे, हे या पद्धतीने लिहिणारांनी लक्षात ठेवले पाहिजे. पात्रे, कथानक, स्वभावविकास इत्यादी गोष्टींत लघुकादंबरी कादंबरीहून बरीच भिन्न आहे. या भिन्नतेकडे दुर्लक्ष झाले म्हणजे

केळीच्या झाडाला नारळ लागल्याचे अद्‌भुत दृश्य दृष्टीस पडते. स्टीफेन झ्वाइग या पाश्चात्त्य कथालेखकाच्या लघुकादंबऱ्या यादृष्टीने अभ्यसनीय आहेत. 'हिंदोळ्यावर' व 'इंदु काळे आणि सरला भोळे' या विशिष्ट दृष्टीने अधिक सरस ठरतील.

कथावाङ्मय हा काही राक्षसी आरसा नव्हे, की त्यात समाजाच्या सर्व सूक्ष्म हलचालींचे यथार्थ प्रतिबिंब पडेल. पण त्याचप्रमाणे कथावाङ्मय म्हणजे काही नुसता संगमरवर नव्हे. विविध लेखकांच्या बहुविध अनुभव - प्रवाहांच्या या संगमात जीवनाचे प्रतिबिंब नेहमीच पडते. पण ते आरशातल्याइतके स्पष्ट असत नाही. रंजन, कला, ध्येय, व्यक्तिवैचित्र्य इत्यादी लाटांमुळे हे प्रतिबिंब निरनिराळे आकार धारण करते. कादंबरी वाङ्मयात पुसट दिसणाऱ्या अशा प्रतिबिंबावरून १९३४च्या आपल्या सामाजिक जीवनाची कल्पना कुणी तिऱ्हाइताने केली, तर विवाहाचे वैषम्य व प्रणयाचा पुरस्कार हेच समाजापुढील महत्त्वाचे प्रश्न आहेत, असे त्याला नि:संशय वाटेल. वस्तुस्थिती तशी आहे की काय हे सांगायलाच नको! हातच्या काकणाला इतर देशांत कदाचित आरसा लागत असेल! पण आमच्या देशात सध्या तरी या प्रदर्शनाकरिता आरशाची जरुरी नाही.

लघुकथांची बागाईत

उत्पन्नाच्या दृष्टीने लघुकथांची बागाईत यंदा बरी आहे. नियतकालिकांतून प्रसिद्ध होणाऱ्या लघुकथालेखकांची संख्या पाहून सध्याच्या मंदीच्या काळात जिझिया करासारखा एखादा लघुकथाकर सरकारने बसविल्यास बरे होईल, असेसुद्धा एखाद्या वाङ्मयप्रेमी कलेक्टराला वाटण्याचा संभव आहे; पण नियतकालिकांतून प्रसिद्ध होणाऱ्या कथा म्हणजे पावसाचे पाणी. रंजनाचा ओलावा त्यांच्यामुळे मिळतो खरा; परंतु तहानेच्या वेळी प्यायचे थंडगार सुवासिक पाणी म्हणून त्याचा काही उपयोग नाही. कंथासंग्रहांनीच ते काम होऊ शकते. सौ. शिर्के व श्री. य. गो. जोशी यांनी कथासंग्रहाच्या रूपाने यंदा वाचकांची पुनर्भेट घेतली असून, कृष्णाबाई, नाट्यछटाकार दिवाकर, बोकील, सहस्रबुद्धे, प्रो. फडके, प्रो. लक्ष्मणराव सरदेसाई प्रभृती अनेक कुशल लघुकथालेखक तर संग्रहरूपाने वाचकांना प्रथमच भेटत आहेत. या संग्रहात 'लपलेल्या खडका'पासून 'कल्पवृक्षाच्या छाये'पर्यंत वाचकाला कुठेही आरामाने बसता येईल. 'मानसलहरी'प्रमाणेच 'वळवाचे पाऊस'ही त्याला शीतल व सुखकारक वाटतील. या कथांत कापडाच्या दुकानात दिसलेली बाई पुन्हा भेटताच ज्याची कादंबरीलेखनाची प्रतिभा पल्लवित होते, अशा फडके यांच्या नायकाच्या मांडीला मांडी लावून आपल्या प्रेमाला विरोध नाही, या दु:खाने बेशुद्ध पडणारा य. गो. जोशी यांचा नायकही आहे. सहस्रबुद्धे यांच्या गोष्टी वाचताना सामाजिक अन्यायांचे लपलेले खडक सुरुंग लावून कसे फोडता येतील, ही मतपरिवर्तनाची तीव्र दृष्टी दिसते, तर

'मानसलहरीत', 'कल्पवृक्षांच्या छाये'त आणि प्रो. फडके यांच्या गोष्टींत कलेचे व 'वळवाच्या पावसा'त विनोदाचे नुत्य आढळते. महाराष्ट्र लघुकथेला 'मोत्यांची कुडी' देऊन दौंडकरांनी व 'रशना' देऊन कुमारी आनंदकरांनी नुकतेच शुंगारले आहे. कोकणच्या बर्वे यांनी तर हिवाळ्यातच वाचकांना 'कलमी आंबे' दिले आहेत. याशिवाय पुरोहित, जयवंतराव सरदेसाई, नारायणराव कुलकर्णी, कुमार रघुवीर यांचेही संग्रह प्रसिद्ध झाले आहेत. हे संग्रह लेखकाची मनोवृत्ती, रचनाकौशल्य, भाषा इत्यादिकांत एकमेकाहून कितीही भिन्न असले, तरी त्या सर्वांचा गुच्छ सुगंधी व रमणीयच आहे यात शंका नाही. प्रत्येक संग्रहात अशी एक तरी गोष्ट आढळेल की, 'मराठीतील निवडक गोष्टी' म्हणून एखादा कोशाशी स्पर्धा करणारा कथासंग्रह काढायचे कुणी धाडसी प्रकाशकाने ठरविलेच, तर तिचा त्यात सहज समावेश होऊ शकेल.

या व्याही-विहिणींबरोबरच इष्टमित्रांचा, नियतकालिकांतील लघुकथालेखकांचा समाचार घेणे अवश्य आहे. मनोरंजनाकरिता निघालेली मासिके व नियतकालिके तर राहूच द्यात, पण भविष्यापासून विम्यापर्यंतच्या विविध विषयांना वाहिलेल्या नियतकालिकांचे अंकही गोष्टीवाचून सध्या छापखान्याच्याबाहेर पडू शकत नाहीत. लघुकथारूपी फुलपाखरांनी 'केसरी'च्या आयाळीवर विहार करावा हे कालमाहात्म्यच नव्हे का? शारदेमध्ये म्हातारा भुजंगनाथ 'आम्ही आहोत तोपर्यंत आम्हाला बायको ही पाहिजेच' असे कोदंडाला ठासून सांगतो. मराठी नियतकालिकांची स्थिती या म्हाताऱ्या भुजंगनाथासारखी झाली आहे. ह्यांना लघुकथारूपी कुटुंब हे हवेच. मग त्या कुटुंबाचे रंगरूप कसेही असले तरी चालेल. प्रसंगी विमाविषयक नियतकालिकातील कसल्याही गोष्टींच्या नायिकेचे नाव विमल ऊर्फ विमा ठेवले म्हणजे लघुकथेच्या या बादरायणसंबंधाचे समर्थन होऊ शकेल!

कथावाङ्मयाचा हिणकसपणा

अशा रीतीने मराठी नियतकालिकांतून बाहेर पडणाऱ्या गोष्टींना कला व वाङ्मय यांचा कस लावला, तर हाताच्या बोटावर मोजण्याइतक्यासुद्धा चांगल्या गोष्टी सापडणार नाहीत, ही टीका काही अगदीच खोटी नाही. पण केवळ संख्येच्या दृष्टीने पाहिले तर त्या मोजायला सहस्रार्जुनाच्या हाताची बोटेही पुरी पडणार नाहीत. एका दृष्टीने हे बरोबरच आहे. आंब्याचा झाडाला मोहराच्या मानाने फळे कधीच लागत नाहीत. नियतकालिकांच्या लेखकवर्गात होतकरू आणि हौशी माणसांचा मोठा भरणा असतो. पण लोकलगाड्यांत प्रवास करणारा गाडीत चढून जागा पकडतो न पकडतो तोपर्यंतच जशी त्याची उतरायची वेळ होते, त्याचप्रमाणे हौशी लेखकाच्या लेखणीची स्थिती असते! असा प्रवासी बाडबिछायतीची कदर कशाला करील? 'वाचन, मनन, अभ्यासपूर्वक केलेला कलाविकास इत्यादिकांचे अवजड

ओझे अशा हौशी लेखकापाशी क्वचितच दृष्टीला पडते. तथापि, अशा लेखकांचे लेखन पूर्वीपेक्षा अधिक विविध होत आहे, ही आनंदाची गोष्ट होय. या सर्व हौशी लघुकथालेखकांची नावे सांगू लागल्यास विष्णुसहस्रनाम वाचल्याचे पुण्य माझ्या पदरात सहज पडेल. थोडीशी निवडक नावे घेतली तरी या पूजेला संध्येचे स्वरूप प्राप्त होईल. तेव्हा या फंदात न पडता आजच्या सैनिकांतून उद्याचे सेनापती निर्माण होतात, या जाणिवेने या हौशी लेखकांना सामुदायिक नमस्कार करूनच मी पुढे जातो.

यंदाच्या पीकपाण्याचा हा त्रोटक अहवाल झाला. पण समाजाची सुस्थिती एका वर्षाच्या दुष्काळावर अगर सुकाळावर थोडीच अवलंबून असते! वाङ्मयाचेही तसेच आहे. यंदा पुष्कळ कथासंग्रह प्रसिद्ध झाले असले? तरी त्यांतील कथा अनेक वर्षांच्या परिश्रमाची फळे आहेत. कादंबऱ्यांची संख्या तर तिच्या कुंडलीतल्या अनुकूल ग्रहांमुळेच वाढली आहे, असा फलज्योतिषावर विश्वास ठेवणारांचा समज व्हायचा! अशा परिस्थितीत मराठी कथावाङ्मयाकडे भूतभविष्याच्या व्यापक दृष्टीने ओझरती नजर टाकणे आवश्यक आहे.

या पुराला भिऊ नका

'या गोष्टींनी आणि कादंबऱ्यांनी विटविले' असे म्हणणारी माणसे आहेत! नाही असे नाही. पण त्यांचे समाधान ब्रह्मदेवदेखील करू शकेल की नाही, याची शंकाच आहे. बिचारा ब्रह्मदेव पडला वेदपठण करणारा! आणि वेदात तर पुष्कळच कथा आहेत. या आक्षेपकांना वाटते, कथावाङ्मयाला भयंकर पूर आला आहे, शृंगारामुळे त्यांचे पाणी गढुळले आहे, मधूनमधून नवविचारांचे सर्पही या पुराबरोबर वाहत येत आहेत! तीरावरील धार्मिक खेडीपाडी आणि त्यात राहणारी नीतिमान माणसे यांची काही आता धडगत दिसत नाही. हा पूर लवकर ओसरण्याचे लक्षण दिसत नसल्यामुळे जलप्रलयाच्या वेळी जसा फंड उभारतात, त्याप्रमाणे काही तरी योजना झटपट होणे जरुरी आहे. समाजाची काळजी वाहणाऱ्या या सर्व लोकांना मी नम्रतापूर्वक एवढेच सांगतो की, पात्रातील पाणी थोडेसे वाढू लागल्याबरोबर पुराचा बागुलबोवा उभा करण्यापासून फायदा काय? नदीच्या पात्राप्रमाणे वाङ्मयालाही सामान्यत: मर्यादा असतातच. त्या मर्यादेचे उल्लंघन एखादेवेळी होत असेल; पण पुराने केलेले नुकसान व पाण्याने पिकविलेली शेते यांचे प्रमाण मांडले, तर पूर ही अपरिहार्य आपत्ती म्हणून तिचा स्वीकार करणेच योग्य ठरणार नाही का?

आठवड्यातील सहा दिवस कामाच्या घाण्याला जुंपलेला कारकून शनिवारी संध्याकाळी वाचनालयातून एखादी कादंबरी घेऊन आला, तर त्याच्या हातातून हिसकावून घेऊन त्याला शनिमाहात्म्य वाचायला देणे धार्मिकपणाचे असेल; पण

शहाणपणाचे खास होणार नाही. कथावाङ्मयावर वाचकांच्या उड्या पडतात त्या रंजनासाठी. त्यात गहन धर्मतत्त्वे नाहीत, प्रचंड ज्ञानपर्वत नाहीत, अफाट विज्ञानसागर नाहीत, परलोकाला लागणारी उंच शिडी नाही, हे त्यांना कळत नाही का? पण संसारतापाने तापलेल्या व तहानेने व्याकूळ झालेल्या सामान्य मनुष्याला रम्य काल्पनिक कथांचे शीतल पेयच हवे. व्हिटॅमिन्सनी परिपूर्ण असलेल्या जड ज्ञानान्नाचा त्याला काय उपयोग आहे? सकाळपासून संसाराला जुंपून घेऊन तिसऱ्या प्रहरी घटकाभर अंग टेकणाऱ्या सर्वसामान्य गृहिणीला एखादा गोष्टीच्या मासिकाचा अंक दिला, तर ती तो उघडून तरी पाहील. 'अधिकस्य अधिकं फलं' या न्यायाने ज्ञानकोशाचा एखादा विभाग या वेळी तिच्या हवाली केल्यास ती त्याचा उशीदाखल उपयोग करील, हेच अधिक संभवनीय नाही का?

कथावाङ्मयाचे उद्दिष्ट

कथावाङ्मय हे मुख्यत: बहुजन समाजासाठी, मानवी हृदयाशी क्रीडा करण्यासाठी जन्माला येते. क्रीडेत व्यायाम होतो. पण तो नकळत. हरिभाऊ अपट्यांनी कादंबऱ्या लिहिल्या, त्या काही रानडे-टिळक-गोखले-आगरक अशा मंडळींकरता नव्हेत. हलाहल जसे शंकरनेच पचवावे अगर शिवधनुष्य जसे रामानेच उचलावे, त्याप्रमाणे समाजातील अत्यंत अल्पसंख्याक बुद्धिमान वर्ग शुद्ध ज्ञानसंवर्धनाच्या अगर त्याच्यासारख्या इतर कठीण व्यवसायात गढलेला असतोच; पण गिरिकंदरात तपश्चर्या करणाऱ्या मूठभर ऋषीकडे पाहून संसार असार ठरविण्यात मतलब काय? बहुजन समाज बालकासारखा असतो. त्याला खेळीमेळीने सांगितलेल्या गोष्टीच सर्वांत अधिक आवडतात. मनुष्यमात्राची ही प्रवृत्ती प्राचीन काळापासून चालत आली आहे. धर्मग्रंथ म्हणून आपण जे अत्यंत पूज्य मानतो ते वैदिक व पौराणिक वाङ्मय मुख्यत: कथात्मक नाही का? बायबलात ख्रिस्ताने रूपककथांद्वारे केलेल्या उपदेशांची उदाहरणे अनेक आढळतील. कथात्मक वाङ्मय उदात्त भावनांचा परिपोष करणारे असावे, असे म्हणणे निराळे आणि शेतात उगवणाऱ्या गवताप्रमाणे ते निरुपयोगी आहे असे म्हणणे निराळे. धान्याला गवत मानणारांना काय म्हणावयाचे?

ज्ञानप्रधान वाङ्मय हे पाणिदार मोत्यासारखे असते; (मोत्ये खोटीही असू शकतात अगर प्रसंगी वेजी उतरतात ही गोष्ट अलाहिदा!) रंजनप्रधान वाङ्मयाची त्याच्याशी तुलना करून त्याला फळाफुलाची उपमा कुणी दिली, तर त्याबद्दल कुणाला वाईट वाटणार नाही; पण या फुलांचा सुगंध मोत्यांपासून कसा मिळणार? मोत्यांचे पाणी कितीही चांगले असले, तरी फळांचा रस ती कुठून देणार? शिवाय या फळाफुलांत कधी-कधी कल्पवृक्षाची फुले व अमृतफळे असतात हेही विसरता कामा नये.

कथावाङ्‌मयाची शक्ती ओळखा

देशाचे पारतंत्र्य, समाजाची परिस्थिती अगर शिक्षणाचा प्रसार याचे कथावाङ्‌मयाशी त्रैराशिक मांडणेच मुळात चूक आहे. या गोष्टींनी कथावाङ्‌मयाचे स्वरूप बदलेल, पण, त्याच्या निर्मितीच्या प्रमाणात काडीमात्रही फरक होणार नाही. इंग्लंड, अमेरिका अगर रशिया या देशांकडे पाहिले, तर तेथील कथावाङ्‌मयात निर्झरिणींच्या नद्या व नद्यांचे समुद्र झालेले दिसत आहेत. शिक्षणाचा भरपूर प्रसार झालेल्या देशांतही कथावाङ्‌मय वाढत्या प्रमाणावरच निर्माण होत आहे. मग शिक्षणाचे अत्यंत अल्प प्रमाण असलेल्या व त्यामुळे बहुजन समाजाचे बालकाशी अधिक साम्य असलेल्या आपल्या देशात त्याची विशेष जरुरी आहे, हे सांगायला काही ज्योतिषज्ञाची अगर नीतिशास्त्रज्ञाची जरुरी नाही. गेल्या तीन-चार पिढ्यांतील रशियन कथालेखक अगर अप्टन् सिंक्लेअर आणि सिंक्लेअर लुई यांच्यासारखे अमेरिकन कथालेखक पाहिले की, कथावाङ्‌मयाची शक्ती निर्भेळ उपयुक्ततावाद्यांनाही कळून येईल.

कथावाङ्‌मय सहेतुक असावे की असू नये, या मुद्द्यावर आपल्याकडे रणे सुरू आहेत. नि:शस्त्र लोकांची युद्धे म्हणजे दिवाणी दावे! कलावादी लेखक आपल्या नाजूक शिरांची काळजी न करता तावातावाने म्हणतात: कथनकला ही वसतंसेनेसारखी आहे. विशिष्ट हेतू म्हणजे शुद्ध शकार! या हेतूने कलेचा कितीही पाठपुरावा केला म्हणून ती त्याला वश होणार आहे का? आनंदरूपी चारुदत्तालाच ती माळ घालणार. या चारुदत्ताची नीती म्हणून एखादी पत्नी असली तरी तिची कुणीच पर्वा करणार नाही

हेतुप्राधान्यावर भर देऊ नका

प्रत्येक कथेत विशिष्ट उपदेशप्रधान हेतू असलाच पाहिजे, या कित्येकांच्या अट्टाहासामुळेच कलावाद्यांना असा आक्षेप घ्यायला जागा मिळते. प्रत्येक कथालेखकाला काहीतरी विशेष सांगायचे असते व तेवढ्यासाठी तो लेखणी हातात घेतो, असे अनेकांना वाटते. जणू काही हरिभाऊंसारखे कथालेखक व गीतारहस्य लिहिणारे लोकमान्य यांची भूमिका एकच आहे! तसे पाहिले तर तरुण कथालेखकापाशी सांगण्यासारखी गोष्ट एकच असते. तो म्हणतो, 'मी लिहितो ते कृपा करून वाचा आणि मला बरे म्हणा.' झाडाला प्रथमत: पालवी येते त्याप्रमाणे कथालेखकाची कृती पहिल्यांदा रंजक गुणांनीच फुलणे योग्य! तिला हेतूचे फळ येऊच नये, असे मी म्हणणार नाही; किंबहुना योग्य वेळी ते येतेच. पण बिचाऱ्या तरुण लेखकांवर पदोपदी समाजाला संदेश सांगण्याची सक्ती करणे गैर आहे. आकाश कोसळू लागले म्हणून फुलपाखरे का ते सावरणार आहेत? मनुष्य गायला शिकतो तो गोड

गळा असतो व गाण्यापासून आनंद मिळतो म्हणून. गायला यायला लागल्यानंतर त्याने भक्तिप्रधान भजने म्हणावीत की प्रणयपूर्ण गझल गावी! (की दोन्हींचाही लाभ श्रोत्यांना द्यावा) हा प्रश्न पुढचा आहे. होतकरू कथालेखकांचेही तेच ध्येय असले पाहिजे. कलापूर्ण रीतीने लिहिण्याचा अभ्यास त्याने प्रथम करणे आवश्यक आहे. सहृदयता, आयुष्यातील विविध अनुभव, समाजशास्त्राचा अभ्यास इत्यादिकांमुळे प्रौढपणी त्याला महत्त्वाच्या विषयावर कथालेखन करता येईल. किंबहुना तसे केल्याशिवाय त्याला राहवणारच नाही. पण आरंभी आरंभी तरी कथेला विषय घेताना त्याने हत्तीचा आकार निश्चित करायला गेलेल्या आंधळ्यांची गोष्ट विसरू नये. बिकट सामाजिक प्रश्न म्हणजे चक्रव्यूह. त्यात मतमतांचा गलबला नेहमी चाललेला! प्रौढ कुमारिकांना पाहून कुणी नि:श्वास सोडील तर कुणी नाक मुरडील. तरुण तरुणींतील प्रणयावर एक मोहकपणाचा मुलामा चढवितो, तर दुसरा त्याला काळा रंग फासून त्याचे विडंबन करतो. असल्या वादग्रस्त सामाजिक प्रश्नांची अननुभवी तरुणांनी केलेली उथळ चर्चा सहसा हेतुपोषक अगर विचारप्रवर्तक होत नाही. वरेरकरांसारख्या अनुभवी लेखकांनासुद्धा याबाबतीत तोल सांभाळण्याची कला साध्य झालेली दिसत नाही. 'स्वैरसंचार' या त्यांच्या कथासंग्रहातील 'कलिकेचे अश्रू अथवा 'माडाचे पोर' या गोष्टी हेतुयुक्त नाहीत असे नाही. पण दुधात मिसळून जाऊन त्याची गोडी वाढविणाऱ्या साखरेप्रमाणे या गोष्टींतील हेतूंनी त्यांची रंजकता द्विगुणित केली आहे. उलट 'आमचे मालक', 'अबला', 'चिडलेली गाय', 'स्वदेशी विमल' इत्यादी त्यांच्या लघुकथांत हेतूचे खडक व त्यांच्या बाजूने तुरळक दिसणारी कलेची हिरवळ असे ओबडधोबड दृश्य दिसते. मानवी जीवनाशी अगर मनोवृत्तींशी ज्याचा निकट संबंध आहे, असा हेतू शोधून काढणे व सोन्याच्या अंगठीत हिऱ्याचा चिमुकला खडा बसवावा त्याप्रमाणे त्याची कलेशी सांगड घालणे याला कल्पकता, सहृदयता, मार्मिकता, अभ्यासू वृत्ती इत्यादी गुणांची आवश्यकता आहे.

एक हास्यास्पद मासला

हेतुप्राधान्यामुळे रुक्ष व ओबडधोबड दिसणाऱ्या कलाकृती पाहिल्या की, कलावादी लेखकांना साहजिकच मूठभर मांस येते. विभावरीबाईंनी 'नि:श्वास' सोडल्यापासून अनेकांना निरनिराळ्या प्रकारचे श्वास लागू लागले आहेत, असे दिसते. कित्येकांना तर प्राणायामही करण्याची बुद्धी झाली असावी! या बहुविध श्वासोच्छ्वासांपैकी परवाच प्रसिद्ध झालेला 'माझे उच्छ्वास' हा कथासंग्रह पाहावा. त्याच्यांतील 'नियमन' गोष्टीचा हेतु संततिनियमनाचे तत्त्व प्रतिपादन करण्याचा आहे. त्याकरिता लेखकांनी स्वीकारलेला मार्ग मजेदार आहे यात शंका नाही. एका तरुण शेतकऱ्याच्या कलिंगडाच्या वेलाला वीस-वीस फळे लागतात. त्याचा आनुभविक बाप त्याला

विचारतो, 'धर्मा, तुला कलिंगडांना भाव यायला पाहिजे की भाजीला घट्टे काढून विकायची आहेत ती?' 'भाव तिथे देव' ही म्हण सुप्रसिद्धच आहे! अर्थात बाप मुलाला उपदेश करतो. 'प्रत्येक ताण्यावर आठ आठ फळे ठेव. बाकीची खुडून टाक, हा अनुभव पटताच तो तरुण शेतकरी एका पदवीधराला म्हणतो, 'पण दादा, माणसांच्या बाबतीत नाही का असा काही उपाय? दादा, दर वर्षाला एक बाळ घरात नांदत आहे. शेतकीला सध्या बरकत नाही. आता नको ती मुले असे म्हणायची वळ आली आहे!'

'एष धर्मः सनातनः' असा संततिनियमनाचा एखाद्या स्मृतीत उल्लेख नाही, म्हणून त्याचा चालू पिढीने विचार करू नये, असे म्हणणारांपैकी मी नाही. कथालेखकांनी आजारी माणसांप्रमाणे विशिष्ट विषयांचे पथ्य पाळले पाहिजे, असेही मला वाटत नाही. चातुर्मासात सोवळ्या माणसांना जसे कांदे वर्ज्य, त्याप्रमाणे प्रेमविवाह, घटस्फोट वगैरे विषयांवर कित्येकांचा बहिष्कार असतो; तर देवळावरून जाता जातासुद्धा हात वर उचलून नमस्कार करावयाचा नाही, अशा बाण्याच्या कट्टर नास्तिकाप्रमाणे कित्येक साध्या कौटुंबिक प्रेमळ गोष्टींकडे पाहत असतात. कथालेखकाची दृष्टी अशी संकुचित असणे इष्ट नाही. न्यायाधीशाप्रमाणे त्याने कुठल्याही प्रश्नाच्या सर्व बाजू पाहिल्या पाहिजेत. निकाल देताना त्याची वैयक्तिक सहानुभूती दिसली म्हणून हरकत नाही. उत्कट भावना व व्यापक सहानुभूती हे कोणत्याही कलापूर्ण कथेचे महत्त्वाचे घटक असतात, असे म्हटले तरी चालेल.

मांडणी कलासुंदर असली पाहिजे

या तत्त्वाप्रमाणे कथेला कोणताही विषय चालतो हे उघड आहे. तो विषय कलासुंदर पद्धतीने मांडला मात्र पाहिजे. 'कलिंगडाचा वेल व संततिनियमन' ही गोष्ट त्यादृष्टीने हास्यास्पद वाटत नाही का? आयुष्यातले प्रसंग कितीही लहान व सामान्य असेनात. कलावंत कथालेखकाच्या दृष्टीने त्यातील हृदयस्पर्शित्व अचूक शोधून काढले पाहिजे. गृहीत विषयातील आकर्षकता जाणणे व ती सुंदर रीतीने व्यक्त करणे, हे कथालेखकाचे मुख्य कार्य आहे. कलाहीन लेखकाने लिहिलेल्या महायुद्धावरल्या कादंबरीपेक्षा कलावत लेखकाने लिहिलेल्या लहान मुलांच्या भांडणावरील लघुकथाच वाङ्मयात अमर होईल. फडके अगर अत्रे यांच्यासारखे लेखक कलाकृतीचे कार्य उपदेश नाही असे, म्हणतात. याचा अर्थ तिच्यात गर्भित असलेल्या तत्त्वांचा मोहक विकास करण्याची शक्ती लेखकांच्या अंगी असली पाहिजे, एवढाच घ्यायचा! अत्रे यांनी लिहिलेल्या बालकथांत काहीच शिकवण नाही, असे कोण म्हणेल? प्रो. फडके यांनी कथासंग्रहात 'इंदुताईंच्या चातुर्मासा'पासून 'जगातील पहिले पाऊल' या गोष्टीपर्यंत अनेक हेतुप्रधान कथा आढळतील. मात्र या उल्लेखिलेल्या दोन

गोष्टींतच तुलना करावयाची असेल, तर भावना व सूचकता या कलागुणामुळे दुसरी पहिलीपेक्षा सरस वाटते. सूक्ष्म भावनांचा आविष्कार, विविध सौंदर्याचे दर्शन, परहृदयप्रवेशाचा आनंद इत्यादी कलागुणांना शोभणारी तत्त्वाची पार्श्वभूमी असली, तर अशा कथाचित्राला कोण नाक मुरडील? पण मागे महालाचा देखावा व पुढे लक्तरे नेसलेल्या भिकाऱ्यांचा संसार असले विसंगत दृश्य पाहायला नाटकगृहात फुकटे प्रेक्षकसुद्धा जाणार नाहीत.

तिरंगी सामना

कथावाङ्मय, प्रणय व नीती या तिरंगी सामन्याचाही इथेच विचार केलेला बरा. प्रचलित कथावाङ्मयावर स्वैर प्रणयाच्या पुरस्काराचा व पर्यायाने नीतीच्या खुनाचा नुसता आरोपच आला आहे, असे नाही. हा खटला सेशन कमिट झाला आहे, अशी कित्येकांची समजूत आहे. कित्येक प्रणयाला फाशीची शिक्षा होणार या आनंदात गर्क आहेत. एखाद्या दारूबाजाने आईबापापासून बायकापोरापर्यंत सर्वांना बडवून घरातून घालवून द्यावे, त्याप्रमाणे शृंगारने वीररसापासून वत्सलरसापर्यंत इतर सर्व रसांची गळचेपी करून त्यांची कथामंदिराबाहेर हकालपट्टी केली आहे, अशीच या प्रणयविरोधी आक्षेपकांची समजूत झालेली दिसते. पण मला वाटते, ही समजूत नाही; हा समजुतीचा घोटाळा आहे.

कथावाङ्मय म्हणजे काही कार्तिकेयाचे देवालय नाही की तिथे स्त्रीला मज्जाव असावा! मानवी जीवनात जे जे रम्य, मधुर, सुंदर व हृदयंगम असेल, त्याचे कलापूर्ण चित्रण कथालेखकाने करायचे नाही तर तो हातात लेखणी घेईल तरी कशाला? कालिदास, शूद्रक, बाण यांचे मोठेपण सध्याच्या प्रणयप्राचुर्याचे आक्षेपकसुद्धा मान्य करतील. पण शाकुंतल, मृच्छकटिक अगर कादंबरी या सुंदर रेशमी वस्त्रांचा प्रणयाचा रंग वैराग्याच्या रिठ्यांनी धुऊन काढावयाचा म्हटले, तर ते शक्य आहे का? या रंगाच्या मोहकपणामुळेच त्या वस्त्रांचे मूल्य किती तरी पटीने वाढले आहे, असे म्हटले तर मुळीच चूक होणार नाही. शिवाय रवींद्रांनी शाकुंतलातून जेवढा उदात्त अर्थ काढला आहे, तेवढा सध्याच्या प्रणयरम्य कथांतूनही निघू शकेल! पण सद्य:कालीन कालिदासाच्या वाट्याला ते भाग्य यायला दहा-वीस शतके तरी जावी लागतील.

समाजाची सशासारखी धाव

हरिभाऊंच्या पूर्वीच्या अद्‌भुतरम्य कथावाङ्मयात प्रणय भरपूर आहे; पण त्यातील नायक-नायिका पडली राजपुत्र व राजकन्या! तेव्हा त्यांच्या प्रणयलीलांची कोण निंदा करणार? हरिभाऊंनी कथावाङ्मयाला वास्तवाचे वळण लावून त्याच्यावर

पाव शतक तरी निर्विवाद अधिराज्य गाजविले. त्यांच्या सामाजिक कादंबऱ्यांतून सध्याचा प्रणय नाही हे खरे. तो असणार तरी कसा? बारा-चौदा वर्षांच्या आतच ज्या नायिकेचे लग्न व्हावयाचे तिला प्रणयालाप बोलायला लावायचे तरी केव्हा? ती बोबडे बोलत असताना तर नाही? त्या वेळचे पुरुषसमाज व स्त्रीसमाज अगदी निर्भेळ भिन्न होते. 'बायकांत पुरुष लांबोडा' हे त्या काळाचे मुख्य सामाजिक सूत्र. त्या सूत्राच्या उत्तरार्धाची भीती पूर्वकाली पुरुषांना जितकी वाटत असे, तितकी आता मात्र वाटणार नाही! नादिरशहाने दिल्लीवर स्वारी केली, तेव्हा तिथे जेवढी धामधूम उडाली नसेल, तेवढी बायकांच्या बैठकीत एखादा पुरुष आल्यास व्हायची, अशी हरिभाऊंच्या काळची समाजस्थिती होती. दारात परका पुरुष आला की पत्नीने मागचे दार गाठलेच म्हणून समजावे. आलेल्या पाहुण्याला घरधनीण लपंडावाने आपल्याशी खेळत आहे की काय असा संशयसुद्धा यायचा! प्रौढविवाहाचा पुरस्कार करण्याच्या त्या काळात प्रणयाची चित्रे रेखाटणे म्हणजे डोमिनियन स्टेटस मिळण्याच्या आधीच साम्राज्यविस्ताराच्या गप्पा झोडण्यासारखे झाले असते. हरिभाऊंचा काळ व आजचा काळ यांत अंकदृष्ट्या केवळ वीसपंचवीस वर्षांचे अंतर पडले असेल; पण सामाजिक स्थित्यंतर मात्र विलक्षण झाले आहे. काल कासवाच्या गतीने चालला; पण समाज सशाप्रमाणे धावत सुटला असे म्हणावे हवे तर! याचा प्रत्यक्ष पुरावाच पाहायचा असला तर वामनराव जोशी यांची हरिभाऊंच्या काळातील 'रागिणी' व आजची 'इंदु काळे व सरला भोळे' या दोन कादंबऱ्यांची तुलना करून पाहावी. वामनरावजी समतोल वृत्तीचे व अध्यापनासारख्या सात्त्विक व्यवसायाला त्यागपूर्वक वाहून घेतलेले नीतिशास्त्रज्ञ आहेत. तेव्हा प्रणयाचा पावा वाजवीत बसण्याचा स्वच्छंदीपणा कुणीही त्यांच्या गळी बांधणार नाही. पण कालमाहात्म्य शनिमहात्म्यापेक्षाही मोठे आहे! 'रागिणी' व 'उत्तरा' यांच्या लग्नाची त्यांना वीस वर्षापूर्वी जितकी काळजी वाहावी लागली. त्याच्या शतांशदेखील सरला व इंदु यांची करावी लागली नाही. या कादंबरीत मिश्रविवाहासारखा प्रश्नसुद्धा कसा चुटकीसारखा सुटला. पूर्वीच्या विवाह-नाटकात वडील मंडळींकडे सौभद्रातील बळीरामची भूमिका असे. आता ती सोडून नाटकाच्या शेवटी तेवढे यावयाचे व 'नांदा सौख्यभरे। शोभो त्वकुलसत्कुमरे' असा गर्गाप्रमाणे आशीर्वाद द्यायचा, एवढेच काम यापुढे वडील मंडळी करणार. नवऱ्याचे नाव घेताना मागील पिढीच्या बायकोची लाजून मुरकुंडी वळत असे; पण पुढील पिढीला ती एकेरी नावाने त्याला हाक मारू लागेल!

नवलाई प्रणयाला कारण

गेल्या तपात मराठी कथावाङ्मयात प्रणयाला जे प्रमुख स्थान मिळाले, त्याची कारणे बव्हंशी सामाजिकच आहेत; वाङ्मयिक नाहीत! या काळात स्त्रीशिक्षणाचा

वाढता प्रसार, प्रौढविवाहाची प्रथा, स्त्री-पुरुषांचे संमेलन इत्यादी गोष्टी नव्यानेच समाजाला अनुभवायला मिळाल्या. नव्याची नवलाई कुणाला वाटत नाही? लहान मूल नव्या खेळण्याचे जेवढे प्रदर्शन करील तेवढेच म्हातारे आजोबा नव्या पागोट्याचे करतील. गेल्या दशकातील मराठीतील बहुतेक प्रणयकथात्मक वाङ्मय या नवलाईच्या पोटी जन्माला आल्यामुळे त्यात वास्तवापेक्षा कृत्रिम रम्यतेचाच भाग जास्ती आहे हे सहज दिसून येईल

या प्रणयकथांच्या चित्रणात नेहमी निर्दोष कलादृष्टी आढळते असे मात्र नाही. कथेतील भूमिकांच्या अंतरंगात शिरण्यापेक्षा त्यांच्या बहिरंगावरच काही लेखक व पुष्कळ वाचक खूश असतात. कथांतील स्त्री-पुरुषांची सूक्ष्म वर्णने मनोविकास चित्रित करण्याच्या दृष्टीने केलेली क्वचितच आढळतील. उलट वाचकांच्या सुप्त लोलुपतेला जागृत करणारी शब्दचित्रेच काढण्याची हौस-थोड्या का होईना-लेखकांच्या अंगी दिसून येते. उन्मादक वर्णनाचा उपयोग मादक पेयाप्रमाणे होतो, हे जाणून राजाला फसविणाऱ्या जुन्या काळच्या प्रधानाप्रमाणे त्यांची पेरणी करण्याची हौसही लोकप्रियतेपलीकडे ध्येय नसलेल्या लेखकांनी दाखवावी यात नवल कसले?

ही प्रणयस्वप्ने टिकणार नाहीत!

परंतु प्रौढविवाहाच्या रूढीमुळे उत्पन्न होणारी ही प्रणयाची मधुर स्वप्ने फार दिवस टिकतील असे चिन्ह दिसत नाही. लग्नात हृदयाचा विचार करावा असे आपण म्हणतो; पण त्या हृदयाला क्रूरपणाने खेळविणारी आर्थिक परिस्थिती समाजापुढे नवे नवे प्रश्न उपस्थित करीत आहे. दरिद्री बहुजन समाजाला संततिनियमन हे खूळ आहे, असे म्हणणे दिवसेंदिवस कठीण होत आहे. घटस्फोटाचा प्रश्न तर समाजाच्या कानीकपाळी आक्रंदन करीत आहे. जुन्या वैवाहिक नीतीचे नियम यावच्चंद्रदिवाकरौ चालावयाचे आहेत असे मानणारांना हे आक्रंदन अशुभ रडण्यासारखे वाटत असेल. पहिल्यांदा आगगाडी आली तेव्हा बैलगाडी हाकणारांना ती लोखंडी रुळांवरून अचूक कशी चालणार याचेच कोडे पडले. विमान आकाशात उडाले, तेव्हा आगगाडीवाले असेच आश्चर्यचकित झाले असतील! आकाशात रूळ नाहीत, काही नाहीत त्यामुळे वर गेलेल्या विमानाची घरघर त्यांना अंतकाळची वाटली असली, तर त्यात हसण्यासारखे काय आहे? पण आता विमाने पाखरांप्रमाणे भुर्रकन् आकाशात जातात आणि खाली येतात. विमानांचे अपघात फार होत असले, तर ते कमी करण्याचा प्रयत्न करा. पण अपघात होतात म्हणून विमान सोडून आगगाड्यांकडे व त्या टाकून बैलगाड्यांकडें पुढे गेलेला काळ परत येणे शक्य नाही.

पुराणनीतिवाद्यांना इशारा

मराठी कथावाङ्मयाची बोट ज्या पुराणनीतिवादी लोकांना फार लागली आहे, त्यांनी जरा शांतपणे विचार केल्यास हा बोटीचा दोष नव्हे, हे त्यांच्या लक्षात येईल. खालच्या सामाजिक जीवनाच्या सागरावर वादळ सुरू झाले आहे, याला ती बिचारी काय करणार? प्रक्षुब्ध भावनांच्या लाटांवर ती चढली अगर नवविचारांच्या वाऱ्याने ती हालली, तर यात दोष कोणाचा? ज्या नियमांवर समाज पूर्वी अवलंबून राहिला होता, ते तरी स्थिर राहिले आहेत का? परलोकाची कल्पनाच परलोकाला जाण्याच्या मार्गात आहे. जातिभेदाची दगडी भिंत शिक्षणाच्या धरणीकंपाने खिळखिळी होऊन कोसळून पडणार अशी स्पष्ट चिन्हे दिसत आहेत. स्त्रिया पुरुषांच्या चरणाच्या दासी राहणार नाहीत; त्या मैत्रिणी होत आहेत. नव्या सुष्टीला जन्म देणाऱ्या या प्रलयाचे पाणी, टिटवीची गोष्ट डोळ्यापुढे ठेवून जे आपल्या द्रोणांनी उपसून टाकणार असतील, त्यांच्या प्रयत्नांची धन्य आहे! त्यांनी एवढाच विचार करावा - लहान मूलसुद्धा दिव्याच्या चिमणीला हात लावून तो भाजल्याशिवाय सावध होत नाही; मग सुखाच्या मागे लागलेल्या समाजाची गोष्ट कशाला हवी?

मराठी कथावाङ्मयाचे दारिद्र्य

नीतीचा खून करून स्वैर प्रणयाला राज्यपदावर बसविण्याचा सध्याच्या मराठी कथालेखकांनी कट केलेला नाही, एवढे यावरून दिसून येईल. पण त्यावरून सध्याच्या मराठी कथालेखकांची वाङ्मयनिर्मिती स्पृहणीय आहे असे मात्र नाही. कथालेखनाच्या स्फूर्तीचे मूळ प्रकाशाकाकडून येणाऱ्या मनिऑर्डरीपासून मासिकात छापून येणाऱ्या नावापर्यंत कुठही असो, तो प्रश्न महत्त्वाचा नाही. विपुलता, वैचित्र्य व उच्च दर्जाचे कलागुण या दृष्टींनी मराठी कथा, हिंदी, बंगाली वैगरे आपल्या कथाभगिनींपेक्षा मागे रेंगाळत राहिली आहे, हे काही खोटे नाही. मर्यादित ग्राहकवर्ग आणि पोटासाठी कराव्या लागणाऱ्या व्यवसायामुळे होणारी कुचंबणा या गोष्टी मराठी लेखकांचे पाय मागे ओढीत असतील. पण पोत्यात पाय अडकवून घेऊनही धावण्याची शर्यत असतेच की नाही? अशा वेळी न पडता, न धडपडता धावण्यातच कौशल्य व्यक्त होत असते. रवींद्र शरच्चंद्र, मुन्शी, प्रेमचंद इत्यादी साहित्यसेवकांप्रमाणे विपुल नसले तरी व्यक्तिवैशिष्ट्याच्या व उदात्त आनंदनिर्मितीच्या दृष्टीने त्यांची बरोबरी करणारे वाङ्मय निर्मिणारे कितीसे लेखक आपल्याकडे सापडतील?

मागणीप्रमाणे पुरवठा

तुलनात्मक दृष्टीने मराठी कथावाङ्मय मागासलेले दिसते याचे खापर एकट्या

लेखकांच्या माथी-टीकाकारांनी ती शाबूत ठेविली असली तर फोडणे मात्र चुकीचे होईल. या प्राप्तीचे आणखी तिघे वाटेकरी आहेत. प्रकाशक, वाचक व टीकाकार. कथाप्रधान मासिक म्हणजे मुलगाच अशी अनेक संपादकांची समजूत झालेली दिसते. पहिल्यांदा थोडासा खर्च केला की पुढे ते आपोआप मिळविते होत जाते, अशी त्यांची समजूत असावी. जन्माला आलेल्या प्राण्याला पोटात काही ना काही जसे भरावे लागते, त्याप्रमाणे अशा मासिकांनाही आपली पाने कशीतरी भरावी लागतात. मुळातच लढवय्या शिपायाची तूट! मग द्या बाजारबुणग्यांच्या खांद्यावर बंदुका आणि करा त्यांना मारून मुटकून शिपाई! प्रेमाने प्रेम वाढते, त्याप्रमाणे शृंखलेने शृंखला वाढते. पण सद्य:स्थितीत नोकरी व तिच्यामुळे येणारी बायको या दोन्ही शृंखला पायात नसल्यामुळे इकडेतिकडे भटकणारे अनेक तरुण अशा लेखकवर्गात सामील होतात. त्यांनी तसे होऊ नये तर काय करावे? कारण ते फक्त लिहायला-वाचायलाच शिकलेले असतात आणि मासिकांना लिखाणाची गरज असते. गरजवंताची स्थिति आपल्या मराठी म्हणीत सांगितल्यापेक्षा निराळी कुठून असणार? असल्या पुरवठ्याचा माल कथामासिकांना मिळेल तसा पदरात पाडून / घ्यावा लागतो

गाजरपारखी प्रकाशक

ही झाली हौशी लेखकांची स्थिती! त्यांच्यात उत्साह भरपूर असतो; पण त्याचा उपयोग मात्र व्हावा तितका चांगल्या रीतीने होत नाही. बड्या भाईकडून खासगी प्रोत्साहन अगर सूचना मिळण्याचे प्रसंग त्यांच्या वाट्याला क्वचितच यायचे. जंगलातल्या प्रवाशाने दूरचा डोंगर पाहून मिळेल त्या वाटेने तो गाठण्याचा प्रयत्न करावा, तसे या लेखकांचे प्रयत्न चाललेले असतात. उलट कीर्तिशैल थोडा फार चढून गेलेले लोक खरोखरीच चढून जातात! कित्येकांना कीर्तिपर्वतावरील वरची थंड हवा बाधण्याची भीती असते म्हणून ते मध्येच झोपतात. त्या झोपेत ते काही बडबडले तरी तीच त्यांची वाङ्मयसेवा मानण्यात येते. कित्येक मोठ्या घाईने वरवर धावत असतात. जणू काही कोंडाण्यावर चढणारा तानाजीच! पण त्या घाईत मध्येच त्यांनी पायथ्याकडे तोंड केलेले असते. त्यामुळे होते काय,की शिखराला पोचण्याच्या वेळीच ते अचूक पायथा गाठतात! वाङ्मयाच्या बाजारात पारख करायला बसलेल्या प्रकाशकांना माणके व गाजरे यांतील भेद कळेल तर हा अनर्थ अंशत: तरी टळेल. पण दोन्ही तांबडी दिसतात तेव्हा त्यांनी तरी काय करावे?

प्रकाशकांचे कर्तव्य

मराठी कथेला इतर भाषांत मानाचे स्थान मिळावयाचे असेल, तर प्रकाशकांनी

वाचकांच्या पदरात टाकावयाचे साहित्य खानावळीतील नसून घरातले असेल अशी दक्षता घेतली पाहिजे. आपल्या प्रत्येक अंकात एक तरी उच्च दर्जाची गोष्ट असावी, म्हणून किती संपादक धडपड (या धडपडीला पाठराखीण म्हणून मनिऑर्डर पाठविणे जरूर आहे) करतात? घरातील वडील माणसांना शिस्त नसली म्हणजे मुले जशी फाजील अवखळ होतात, त्याप्रमाणे श्रेष्ठ लेखकांच्या प्रसिद्ध होणाऱ्या कथाच दुय्यम दर्जाच्या असल्या, की वाचकांची व होतकरू लेखकांची अभिरुची संकुचित बनते. कादंबरी व लघुकथा या दोन्ही क्षेत्रांत विषय, कथनकौशल्य, रचनापद्धती, भाषाशैली इत्यादी विविध उपांगांत आदर्श असलेल्या अनेक कादंबऱ्या व शेकडो लघुकथा जगाच्या वाङ्मयात मिळतील. निव्वळ मराठी वाचकांना त्यांचे ज्ञान नसल्यामुळे वाल्मीकींच्या आश्रमातील बटूंना घोड्याविषयी जितकी माहिती होती, तितकीच या क्षेत्रातील सर्वांगसुंदर कलाकृतीविषयी त्यांना असते. वाचकांची अभिरुची सुसंस्कृत झाली की लेखकवर्गाला तिला संतुष्ट ठेवण्याइतके परिश्रम करावे लागतीलच, या दृष्टीने मी कथाप्रकाशकांना नम्रतापूर्वक खालील सूचना करतो -

प्रकाशकांना सूचना

१. नियतकालिकांतील ४-५ लघुकथांपैकी एक उत्कृष्ट रूपांतरित गोष्ट असावी. स्वदेशातील अगर जगातील वाङ्मयात तिचे स्थान उच्च का हे दाखविणारे विवेचनही तिच्याच खाली द्यावे.

२. आपला वार्षिक आराखडा आधी आखून चांगल्या कथालेखकांकडून वरच्या दर्जाच्या लघुकथा क्रमशः लिहवून घ्याव्यात. प्रत्येक अंकात अशी एक गोष्ट असली व तिचे पुनर्मुद्रण त्याच वेळी केले, तर वर्षाकाठी अशा बारा चांगल्या गोष्टींचे एक पुस्तक स्वल्प किमतीत त्यांना वाचकांना देता येईल. उघड्यावर टाकल्यामुळे केशराचा वास उडून जावा, त्याप्रमाणे मासिकाच्या जुन्या अंकात पडल्यामुळे अनेक चांगल्या गोष्टी असून नसल्यासारख्या होतात. प्रत्येक मासिकाला वर्षाकाठी असा एक कथासंग्रह प्रसिद्ध करता आला, तरीदेखील ही उधळपट्टी थांबेल.

३. लघुकथांइतकेच त्यांचे रसग्रहणही वाचकांपुढे येणे अगत्य आहे. एखादे गाव पाहायला गेल्यानंतर माहीतगार मनुष्य बरोबर असला, तर श्रम वाचून आनंद द्विगुणित होतो. आपल्याकडे गोष्टी वाचल्या जातात त्या केवळ करमणुकीकरिता! नायकाचे लग्न झाले की प्रेमाच्या तांबड्या रंगानेच आपली वस्त्रे रंगवून तो संन्यासी झाला, नायिकेने विष खाऊन जीव दिला की विहिरीत उडी टाकून तो दिला, ही उत्कंठा तृप्त व्हावी म्हणूच हाती घेतलेली लघुकथा पुरी करणारे वाचक पुष्कळ असतात. केवळ इष्ट गावी जाण्याकरिता आगगाडीत बसून मिटलेल्या डोळ्यांनी प्रवास करणारे हरीचे लाल हरहमेश दिसतातच की नाही? त्यांची गाडी नंदनवनातून

गेली तरी त्यांना त्याचा काय उपयोग? वरील प्रकारच्या वाचकांची स्थितीही अशीच होते. लघुकथांच्या रसग्रहणाची प्रथा पडल्यास केवळ कथानकप्रधान व म्हणून कृत्रिम गोष्टी वाचण्याला लालचावलेल्या या वाचकवर्गाला नवीन दृष्टी येईल व पर्यायाने कथालेखकांना नवीन सृष्टी निर्माण करावी लागेल.

४. नियतकालिकांतून क्रमशः येणारी कादंबरी हल्ली क्वचितच दिसते. हार्डी, टर्जिनव्ह, गॉर्की, अपटन् सिंक्लेअर, स्टीफेन इ्वाइग यांच्यासारख्या पाश्चात्त्य कलावंत लेखकांच्या कृतींची रूपांतरे या पद्धतीने वाचकांना देणे शक्य आहे. जो जो उंच जावे तो तो दृष्टीच्या टापूत येणाऱ्या क्षितिजाचा विस्तार वाढतो. पण उंच जायला काही तरी साधन नको का? जगन्मान्य कलाकृतीशी तुलना हे असे सर्वोत्कृष्ट साधन आहे. द्राक्षांची चव कळल्यावर करवंदेच गोळा करीत कोण बसेल?

टीकाकारांचे चार वर्ग

प्रकाशकांच्या बरोबरीने टीकाकारांनाही या प्रगतीला हातभार लावता येईल. मराठीत कथावाङ्मयाचे मार्मिक व विस्तृत परीक्षण कधीच होत नाही असे नाही, पण बहुतेक टीका व अभिप्राय 'बक-शुक-पिक-काक' या चारींपैकी कुठल्यातरी एका वर्गात पडतात. बकपद्धतीचा अभिप्राय 'ठीक आहे; पण सुधारणेला बरीच जागा आहे' या ठशाचा असतो. शुकपद्धतीत बडबड फार! पण सारे नुसते पाठांतर! लांबलचक अवतरणे, बड्या ग्रंथकारांचे हवाले, पुस्तकातील उतारे इत्यादिकांतच असल्या अभिप्रायाची जागा खलास होते. पिकपद्धती लेखकांना फार फार आवडते. पंचमात स्तुतीचे गोड गोड शब्द ऐकू येऊ लागले, तर कोण कानात बोटे घालून घेईल? काकपद्धतीत टोच मारणे हेच मुख्य ध्येय असते. लेखकाचे गणगोत्र आपल्याशी जुळत नसले की व्रण नसला तरी तो आहे असे मानण्याकडे या पद्धतीचे लोक झुकतात.

वृत्तपत्रातील पांचट परीक्षणे

वर्तमानपत्रे व मासिके यांतून पूर्वीपेक्षा ग्रंथपरिचय व परीक्षण याला अधिक जागा मिळत आहे, याबद्दल त्यांचे अभिनंदन कुणीही करील. मात्र या जागेचा सदुपयोग होतो की नाही, इकडे जरूर तेवढे लक्ष दुर्दैवाने असत नाही. अफाट पण ओसाड माळरानापेक्षा छोटी बागच अधिक बरी नाही का! पाच पाच रकाने परीक्षणाच्या नावाखाली द्यायचे पण त्यात पुस्तकाचा वेडावाकडा उथळ सारांश अगर असंबद्ध चर्चा यांच्यापलीकडे काही असावयाचे नाही, यात अर्थ काय? परीक्षणे कसली वाळवंटेच म्हणायची ती! कित्येक ठिकाणी अभिप्रायाचे साचेही तयार असतात.

'जिव्हाळा', 'कृत्रिम', 'भावना', 'तंत्र', 'टेक्निक', 'उत्कृष्ट' 'सरस', 'अस्वाभाविक' इत्यादी शब्दांची उलटसुलट वाक्ये बनविली की झाले अभिप्राय तयार! अशा अभिप्रायांचे देशी यंत्र लवकरच निघेल तर अनेकांचे श्रम वाचतील. टीका हीसुद्धा एक कला आहे, या जाणिवेने कथावाङ्मयावर लिहिणारे एकंदरीत थोडेच!

टीका- व्यासंग लेखकांना उपकारक

नियतकालिकात प्रवेश मिळण्याच्या दृष्टीने लघुकथा व कविता यांच्यापेक्षा टीकेचा मार्ग अधिक खडकाळ असतो. टीकाकाराला विस्तृत वाचन हवे. लिहिण्यापुढे वाचायला कितीशा लेखकांना वेळ मिळतो? लेकुरवाळ्या स्त्रीला सार्वजनिक कार्यात भाग घेणे कसे शक्य आहे? इतके करून टीकाकाराला कलाकृती निर्माण करणाऱ्या लेखकाइतका मान मिळतो असेही नाही. यामुळे होतकरू लेखकापैकी हा कष्टाचा मार्ग चोखाळणारी माणसे फार थोडी दिसतात. टीकेच्या निमित्ताने करावा लागणारा व्यासंग स्वतंत्र वाङ्मयनिर्मितीलाही उपकारक होतो, ही जाणीव उदयोन्मुख लेखकांना झाली तर सध्या आढळणारे चांगल्या टीकांचे दुर्भिक्ष नाहीसे होईल; एवढेच नव्हे तर लेखक-वाचकांच्या अभिरुचीवरही त्याचा इष्ट परिणाम होईल.

टीकाकरांचे कर्तव्य

कथावाङ्मयाच्या टीकाकारांत अद्यापही वैयक्तिक आवड फार दिसून येते. आंब्यासारखे रसाळ फळही न खाणारे लोक जगात असायचेच! पण वाङ्मय परीक्षणात असली वैयक्तिक आवड-निवड दुय्यम दर्जाची आहे. प्रणयविन्मुख समाजरचनेमुळे असेल कदाचित पण अजून अनेकांना चुंबनात गोष्टी आवडतात. कलादृष्ट्या अशा उथळ गोष्टींना काय किंमत आहे? हळव्या मनोवृत्तीमुळे कित्येकांवर गोष्टीतल्या मरणाचा परिणाम फार होतो. लोकप्रियतेची ही नस कळली की, रक्ताला चटावलेल्या वाघाप्रमाणे कथालेखक प्रत्येक गोष्टीत कुठल्यातरी पात्रावर झडप घालतोच घालतो! मानसकन्येचा अगर मानसपुत्राचा खून करताना त्यांच्या डोळ्यांत आनंदाश्रू येऊ लागतात. अशा कलाहीन गोष्टींना आळा घालण्याचे कार्य टीकाकारांचे नाही का? पण त्यासाठी त्यांनी वैयक्तिक आवडीची भूमिका सोडून खूप वर गेले पाहिजे. कथालेखकात काय नाही यापेक्षा काय आहे व ते कसे आहे, किंबहुना ते कसे असते तर अधिक सुंदर दिसले असते. हे सांगण्याची जबाबदारी टीकाकारांवरच पडते. गार्ड झोपी गेला की आगगाडीला अपघात होतात, हे काय नव्याने सांगायला पाहिजे?

दिवसेंदिवस मराठी कथावाङ्मयाला वाढता वाचकवर्ग मिळत आहे, ही आनंदाची गोष्ट आहे. किती वाचक म्हणजे एक ग्राहक हे कोष्टक महत्त्वाचे असले तरी त्यापेक्षाही महत्त्वाची एक गोष्ट आहे; ती म्हणजे वाचकांचा लेखकांवर होणारा

परिणाम. पुष्कळांची समजूत अशी असते की, 'लेखक आपल्या स्फूर्तीने लिहीत असतो. त्याच्यावर वाचकांचा काय परिणाम होणार? नदीच्या तीरावरील वृक्षवेली तिचा वेग वाढवू शकत नाहीत अगर तिचे गढूळ झालेले पाणी स्वच्छही करीत नाहीत. बिचारे वाचकही तसेच असतात. लेखकांनी लिहिलेले वाचायचे एवढेच त्यांचे काम.' पण वस्तुस्थिती अशी नाही. नाटक बघणारा प्रेक्षकवर्ग मूक असतो हे खरे! पण त्याच्या चेहऱ्यावरील पालट, प्रोत्साहन, नाखुशी या सर्वांचा परिणाम नटांच्या अभिनयावर होतोच की नाही? किंबहुना जे भाग प्रेक्षकांना विशेष आवडतात. तशाच प्रकारचे लिखाण अधिक करण्याकडे नाटककारांचाही कल होतो.

वाचकवर्गाची अभिरुची

कथावाङ्मयाचा वाचकवर्ग प्रेक्षकांप्रमाणे एकत्रित होऊन आपले मत व्यक्त करू शकत नाही. भूमिभाग नदीच्या प्रवाहाला जसे वळण देतो, त्याचप्रमाणे त्याची आवडनावड लेखकांवर परिणाम केल्याशिवाय राहत नाही. कथा लिहिताना लेखकाची लागणारी समाधी सविकल्प असो अगर निर्विकल्प असो, आपली कृती प्रसिद्ध झाल्यावर तिला जलसमाधी मिळू नये अशीच त्याची इच्छा असते. एखादी गोष्ट आवडते असे वाटले की, तिचाच पुरवठा करण्याकडे लेखकांचा कल होतो. गेल्या तपात कापडात खादी व वाङ्मयात प्रणय या परस्परविरोधी गोष्टींची जी निपज झाली, ती 'मागणी-पुरवठा न्यायाला' धरूनच नाही का? समाजाच्या हृदयाशी खेळणाऱ्या कलावंतांनी केवळ धंदेवाईक दृष्टीने लिहू नये हे खरे; पण कुठेही झाले तरी लोकगंगेच्या प्रवाहात वाहून जाणारे लोकच अधिक असायचे! तिला आपल्यामागून पाताळातसुद्धा नेणारा भगीरथ क्वचितच आढळतो.

विषवृक्षांना पाणी, कल्पवृक्ष सुकले!

लेखकवर्ग अशा रीतीने कळत नकळत वाचकांच्या मुठीत असतो; पण आपल्या हातातील जादूच्या दिवाच्या अल्लाउद्दिनाने जसा उपयोग करून घेतला तसा आमच्या वाचकांना आपल्या सत्तेचा सदुपयोग अजून काही करून घेता येत नाही. अश्लील, हीन दर्जाचे, ध्येयशून्य अगर कलाहीन कथावाङ्मय जगते कसे? वाचकवर्ग त्याला जीवन पुरवीत असतो. ज्या डबक्यात हे विषारी मासे जगू शकतात, ती आटविणे वाचकवर्गाला काही कठीण नाही. वेळ घालविण्याचे साधन अगर मनाला हुशारी आणणारा चहा म्हणून जे कथावाङ्मय वाचीत असतील त्यांची गोष्ट निराळी. पण कला, तंत्र, समाजसुधारणा, व्यक्तिविकास इत्यादी प्रश्नांविषयी आस्थेने विचार करणाऱ्या वाचकवर्गाने केवळ दोन गोष्टी मनावर घेतल्या तरी कथावाङ्मयाच्या प्रगतीला हातभार लावल्याचे श्रेय त्याला निःसंशय मिळेल.

पहिली गोष्ट आपली आवडनावड नि:संदिग्धपणे व्यक्त करणे. वाचकवर्ग घरी काय म्हणतो, हे लेखकाला कळणे शक्य नाही. अर्थात भाषण व लेखन याद्वारेच त्याचे मत व्यक्त व्हावयाला हवे. दुसरी गोष्ट खऱ्या उच्च दर्जाच्या वाङ्मयाचा सक्रिय आदर करणे. आज बाजारात जाऊन पाहिले, तर सात्त्विक अगर कलासंपन्न साहित्यापेक्षा राजस व भडक वाङ्मयच अधिक खपते. संपूर्ण दारूबंदीप्रमाणे अशा वाङ्मयाचे निर्मूलन अशक्य कोटीतले असेल! पण त्याची वाढ खुंटविणे सुसंस्कृत अभिरुचीच्या वाचकांच्या हातात नाही काय? असले वाचक वाचनालयातून पुस्तके आणणात, वाचतात आणि चर्चा करतात. त्यामुळे प्रत्यक्ष व्यवहारात विषवृक्षांना पाणी मिळते आणि कल्पवृक्ष सुकून जातात! सध्याचा काळ लोकशाहीचा आहे; पण लोकांना आपल्या हक्कांची जाणीव व त्यांचा उपयोग करण्याची शक्ती असल्यावाचून त्याचा काय उपयोग?

लेखकाला आत्मतत्त्वाची जाणीव हवी

कथावाङ्मयाचा रथ वैभवशिखराच्या मार्गाकडे नेण्याकरिता प्रकाशक, टीकाकार व वाचक यांना सद्य:स्थितीत कसा हातभार लावता येईल, हे त्रोटकपणे पाहिले. त्याचा अर्थ लेखकांवरील जबाबदारी मी कमी करीत आहे असा मात्र नाही. अपत्यसंगोपनाची जबाबदारी जशी सर्वांत मातेवरच अधिक, त्याप्रमाणे रम्य आणि उदात्त वाङ्मयाची निर्मिती होणे न होणे बव्हंशी लेखकवर्गाच्या मनोवृत्तीवरच अवलंबून आहे. लेखकाचे हृदय मोठे असले म्हणून त्याला पोट नसते असे नाही; व त्याचे मन आकाशात भराऱ्या मारीत असले तरी त्याच्या पायांना पृथ्वी सोडता येत नाही.

देशकाल, परिस्थिती, ज्याची सेवा करायची तो वाचकवर्ग ही सर्व बंधने कलावंतालाही असतातच. पण या बंधनातूनही वर जाणे खऱ्या कलावंताला शक्य असते. सौंदर्य, दिव्यता आणि सत्य यांच्याकडे ओढ घेणाऱ्या त्याच्या आत्म्याला तुरुंगाच्या भिंती अडवीत नाहीत आणि राजपाश बद्ध करीत नाहीत. दुर्दैवाने लेखकाला या आत्मतत्त्वाची स्पष्ट जाणीव नसली, म्हणजे कारंज्यात कोंडून घेऊन आणि सूर्यकिरणात क्षणभर नाचून चिखल करणाऱ्या पाण्याप्रमाणे त्याच्या लिखाणाची स्थिती होते. हेच पाणी सूर्यकिरणांचा दाह सहन करून वर जाऊ दे. योग्य काली उज्ज्वल विद्युतप्रकाशात आणि गंभीर मेघगर्जनेत ते प्राणिमात्राचे पोषण करण्यासाठी अवतार घेतेच घेते.

कथावाङ्मयाची परिणामक्षमता

लेखनकला ही इतर कलांची बहीण खरी! पण त्या मुक्या तर ही बोलकी. इतर

कलांची सौंदर्यशक्ती हिच्यात असतेच; पण या सौंदर्याला बोलता येत असल्यामुळे ते विलक्षण परिणाम करू शकते. कलेच्या नावाखाली ज्यांना आपल्या उथळ व विलासी मनाची प्रतिबिंबेच रेखाटायची असतात, त्यांनी वाङ्मयाचा समाजावर काडीमात्रही परिणाम होत नाही असे म्हणावे! पण राजाच्या काय अगर रूढीच्या काय, दोन्ही सिंहासनांना मोठ्या तोफांपेक्षाही लेखकांच्या लेखण्यांची भीती अधिक वाटते. त्यातही कथालेखकासारख्या प्रतिसृष्टी निर्माण करणाऱ्या कलावंतांचे भय तर अधिकच! संजीवनी मंत्र अगर हलाहल विष यांच्याप्रमाणे कथावाङ्मयाचा क्षणार्धात दिसणारा परिणाम समाजावर होत नसेल; पण समाजाच्या भावनांशी त्याचा नित्य संबंध येत असल्यामुळे कालावधीने का होईना, तो परिणाम जाणवतोच.

कथालेखकाचा विजय

आपल्यातील या शक्तीचा विचारपूर्वक उपयोग करण्याकडे सध्याच्या प्रमुख लेखकांचे लक्ष आहे असे म्हणवत नाही. गेल्या दशकातील कथावाङ्मयात प्रणयाला प्रामुख्य मिळण्याची कारणे सामाजिक व आर्थिक असली, तरी प्रणयाविषयी उत्पन्न झालेल्या या आवडीचा आमच्या कथालेखकांनी चतुरपणाने उपयोग करून घेतला नाही. कलेचे मुख्य कार्य सौंदर्यदर्शन खरे; पण ते सौंदर्य उदात्त असायला नको का? वाचकात सर्व प्रकारच्या भावना सुप्त स्थितीत असतात. त्यातील उदात्त भावनांचा परिपोष करण्याच्या कौशल्याला कलाविलास म्हणता येईल. रंजकता म्हणजे मादकता नव्हे! भोगलोलुप मनाला विलासी शब्दचित्रे वाचून येणारा कैफ आणि ललितकलेपासून होणारा आनंद यांत काहीच भेद नाही असे कोण म्हणेल? प्रणयकथा झाली तरी ती मानवी आयुष्यातील एका भागाचा इतिहासच नव्हे का? या इतिहासाला सत्याचे अधिष्ठान अवश्य हवे. या सत्याचे सोने सर्वसामान्य मनुष्याच्या अनुभवावर घासल्यानंतर बावनकशी ठरावे, हाच कथालेखकाचा सर्वांत मोठा विजय होय.

आता कल्पनारम्यता पुरे झाली!

पण मोठ्या अगर लहान प्रणयकथा घेतल्या काय अथवा सर्रास आढळणाऱ्या करुणकथा घेतल्या काय, हे आवश्यक सत्य आमच्या वाङ्मयात अजून आढळावे तसे आढळत नाही. आमच्या प्रणयकथांतला रंग परदेशी असल्यामुळेच की काय अगदी पक्का असतो! प्रथमदर्शनी प्रेम, विरहाचे निःश्वास, स्पर्शसुखाची धडपड, प्रणयपूर्तीला येणारे अडथळे, सारेच जवळ जवळ ठरलेले आणि थोडे फार कृत्रिम! मराठी नाट्य-वाङ्मयातली कल्पनारम्यता हरिभाऊंनंतरच्या कथावाङ्मयात शिरली असे म्हणायला हरकत नाही. विद्वत्ता व कला या दोन अंगांचा विकास या काळात

बरा झाला; पण वास्तवता व जिव्हाळा यांच्या बाबतीत मात्र हरिभाऊंपेक्षा अजूनही पुढे पाऊल पडले नाही, असे म्हटले तरी चालेल. नाट्य-वाङ्मयाला एकाच वेळी भिन्न संस्कृतीच्या जनसमूहांना रंजवायचे असल्यामुळे त्याला कृत्रिम कल्पनारम्यतेचा अनिर्वाहपक्षी आश्रय घ्यावा लागत असेल. पण कथावाङ्मयाला आता त्याची तादृश जरुरी आहे असे वाटत नाही. वेल्स, गॅल्सवर्दी, गॉर्की, सिंक्लेअर लुई, यांच्याइतके अनुभवसिद्ध लिहिणे आजच्या मराठी लेखकांना शक्य नसेल; पण यांनी आता हवेत किल्ले बांधून त्यात कुठल्या तरी सुंदर नायक-नायिकांना कोंडण्याचे कारण नाही. जमिनीवरील बंगल्यापासून झोपड्यापर्यंत त्यांना रंगविण्याला योग्य अशी हवी तितकी जोडपी मिळतील. आजचे महाराष्ट्राचे अगर हिंदुस्थानचे जीवन म्हणजे काही समुद्रतीरावरील सहल नव्हे. ते वादळातले जलपर्यटन आहे; आणि शांत समुद्रापेक्षाही वादळी समुद्र चित्रकाराच्या दृष्टीला अधिक आकर्षक वाटायला नको का? सामाजिक, धार्मिक, नैतिक, राजकीय सर्वच क्षेत्रांत जोराची आंदोलने होत आहेत. स्वतःचा तोल जाऊ न देता त्यांची शब्दचित्रे काढण्याहून कलावंताला अधिक आनंददायक असे कोणते कार्य असू शकेल?

विविधता चित्रित करा

प्रणयचित्राचाच प्रश्न घेतला, तरी विविध मानवी स्वभावांच्या जोडीला स्त्री-पुरुषांची समता, जातिभेद, धर्मभेद, घटस्फोट, स्त्रियांचे आर्थिक स्वातंत्र्य, इत्यादी नवे प्रश्न येऊन बसले आहेत. प्रणयिनीच्या गालांवर फुललेल्या गुलाबांइतकाच पारतंत्र्याच्या कल्पनेने संतप्त झालेल्या तरुणाच्या तोंडावर फुटलेला तांबडा गुलाबही वर्णनीय असतो. प्रणयकथेतील खलपुरुषापेक्षा सहस्रपटीने भयंकर असे पारतंत्र्य, अज्ञान, धर्मभोळेपणा, दारिद्र्य इत्यादी राक्षस समाजदेवतेच्या मागे लागले आहेत. या सर्वांची समरसतेने व उत्कटतेने चित्रे रेखाटली तर ती काय कमी आकर्षक होतील? कलावंत कथालेखकांना कुणीही एवढेच म्हणेल:- आपण कुशल गायक आहात; गायकाला लावण्या, पोवाडे, भजने, सारेच नको का म्हणता यायला? आपण प्रतिभासंपन्न चित्रकार आहा. ओलेतीचे चित्र रंगविण्याची आपणाला लहर आली म्हणून कित्येकांच्या अंगाची आग होते! ते स्वाभाविकच आहे. पृथ्वीजवळची हवा वरच्या हवेपेक्षा सूर्याच्या उष्णतेने अधिक तापायचीच. पण ओलेतीप्रमाणे भाजी विकून भर दुपारच्या उन्हात घामाने निथळत घराकडे परत जाणारी माळीणसुद्धा चित्रविषय व्हायला योग्य नाही का?

लेखकाला व्यक्तिमत्ता पाहिजे

ढग हळूहळू खाली उतरावेत त्याप्रमाणे मराठी कथावाङ्मय प्रणयरम्य अद्भुततेकडून

वास्तवाकडे झुकत आहे, यात शंका नाही. जोराचे वारे सुटले तर हे काम लवकर होईल, इतकेच. या वास्तवाच्या चित्रणातसुद्धा कथालेखकाची दृष्टी सर्वस्पर्शी व व्यापक असावी. जिव्हाळ्याचे हृदय व कलेचे शरीर यांच्या बलावर कोणतीही कथा सजीव भासेल; पण लेखकाची परिणामकारक व्यक्तिमत्ता प्रगट झाल्याखेरीज ती अमर होणार नाही. समुद्राच्या शिंपल्यात मोती तयार व्हावेत, त्याप्रमाणे वाचन, मनन, आचरण इत्यादिकांच्या संस्कारांचे संमिश्रण होऊन लेखकाची व्यक्तिमत्ता बनत असते. ही व्यक्तिमत्ता जितकी व्यापक व उदात्त असेल, तितके कथावाङ्मय सखोल, सहानुभूतिपूर्ण व सुंदर होते. कलादृष्ट्या व्यक्तित्व अस्फुट ठेवणे निराळे व मुळीच व्यक्तिमत्ता नसणे निराळे.

तंत्राकडे दुर्लक्ष करू नका

शरीर म्हणजे माती, उद्या ते पडले की मातीत जायचे या कल्पनेने त्याची हेळसांड करणाऱ्याला शहाणा कोण म्हणेल? कादंबरी व लघुकथा यांच्या शरीराकडे पाहण्याची कलादृष्टी दिवसेंदिवस सूक्ष्म होत चालली आहे. ही या दृष्टीने इष्टच गोष्ट आहे. तंत्राची नुसती टर उडवून कथानकाला काही सुंदर होणार नाही. 'ग्यानबा तुकाराम म्हणत जाणाऱ्या वारकऱ्यांचा जिव्हाळा असला म्हणजे झाले. मग टेक्निक-फिक्निक हवे कशाला? असे य. गो. जोश्यांसारखे कथालेखक म्हणतात. पण ग्यानबा तुकारामातही ग्यानबाची मेख असू शकतेच! जिव्हाळा हा तंत्रापेक्षा महत्त्वाचा गुण असला, तरी त्यामुळे तंत्राकडे दुर्लक्ष करण्यात काय अर्थ आहे, उलट, प्रसंगी नादापायी राज्य गेल्याचा अनुभव यायचा! जिव्हाळा हा शब्द देशभक्तीइतकाच स्वस्त होऊ पाहत आहे; पण स्वस्ताई ही नकली मालाची खूण होऊ शकते. गायनकलेत निव्वळ गोड गळा असून चालत नाही. त्याला शास्त्राचीही जोड पाहिजे. चित्रकलेतही नुसता हात चालत नाही. कथावाङ्मयातील तंत्र म्हणजे 'दक्षिणेकडे पाय करून निजू नये, निजताना 'आस्तिक, आस्तिक' म्हणून सर्पमंत्र जपला म्हणजे सापाची भीती राहत नाही,' अशा मासल्याचे नियम नव्हेत. कथेवर प्रभुत्व गाजवून गेलेल्या जगातील थोर लेखकांच्या अनुभवांचे सार असते ते! प्रौढ कथावाङ्मयालासुद्धा ते मार्गदर्शक होऊ शकते; मग अजून किशोरावस्थेत असलेल्या मराठी वाङ्मयाला त्याची जरुरी आहे हे सांगायलाच नको. यापुढील मराठी कथालेखकांना आपल्या कृती सजविण्याकरिता मानसशास्त्र, समाजशास्त्र इत्यादी शास्त्रांचा जसा अभ्यास करावा लागेल, त्याप्रमाणे रमणीय रचनाकौशल्याकरिता विविध व नवनव्या तंत्रपद्धतीशीही परिचय करून घ्यावा लागेल. कपट्यांचा अनुक्रम चुकल्यामुळे प्रियकरणीचे वेडेवाकडे वर्णन करणाऱ्या कंकणासारखा हास्यास्पदपणा मात्र तंत्राच्या बाबतीत होता कामा नये हे खरे!

कथालेखकांना सूचना

अधिकाराने नव्हे, पण वाङ्मयप्रेमाने मराठी कथालेखकांना खालील सूचनांकडे लक्ष देण्याविषयी मी विनंती करतो:-

(१) हरिभाऊ आपटे, कृ. के. गोखले, गुर्जर वगैरे कथालेखकांनी रूपांतरे करून मराठीत रमणीय भर घातली. पण अलीकडे स्वतंत्र प्रतिभेचे पीक सोळा आणे पिकू लागले असल्यामुळेच की काय, या अतिशय महत्त्वाच्या गोष्टीकडे लेखकांचे दुर्लक्ष होत आहे. हौशी लेखकांनी अशी रूपांतरे केल्यास त्यांचा दुहेरी उपयोग होईल. वाङ्मयचौर्य करून मराठी कथेचे भांडार संपन्न करावे असे मी सांगत नाही. पण राजरोस केलेले रूपांतर ही विद्याधनाची देणगी आहे. ती मिळविल्याने मूळ मालकाचा तोटा न होता आपला फायदा होतो.

(२) कथालेखकाने वाचनापेक्षा आपल्या भल्याबुऱ्या अनुभवातूनच कथा निर्माण केली पाहिजे. ध्वनीचे प्रतिध्वनी आणि त्या प्रतिध्वनींचे प्रतिध्वनी मराठी कथावाङ्मयात फार ऐकू येतात. एका वर्षी सालस राहू इच्छिणाऱ्या वेश्यांच्या अभागी मुलीच जिकडे तिकडे दिसू लगातात, तर दुसऱ्या वर्षी जी नायिका उठते ती घटस्कोटाच्या गोष्टीच बोलू लागते. लेखकाने पाहिलेल्या समाजाच्या अंतरंगाचे हे प्रतिबिंब असते असे मला वाटत नाही. पण ते तसे असले तरी लेखकाच्या व्यक्तिमत्तेची छाप त्याच्यावर पडलेली दिसत नाही, हा दोषच नव्हे काय?

(३) अंतर्मुख दृष्टी, सामान्य विषयातून नाट्यपूर्ण कथाबीज काढण्याची शक्ती, परिचित विषय नवीन दृष्टिकोनाने पाहण्याची आवड, सूचकता, उत्कट आणि व्यापक सहानुभूती, तंत्राचे प्रायोगिक ज्ञान इत्यादी कथेच्या कलांगांचा अभ्यास व विवेचन सध्याहून मोठ्या प्रमाणात होणे अवश्य आहे.

(४) लोकप्रिय लेखकांनी मार्गदर्शनाची जबाबदारी ओळखून काही कृतींवर विशेष श्रम केले पाहिजेत. आज फुलून उद्या सुकणारे कथावाङ्मय कुठेही झाले तरी पुष्कळसे निर्माण होणारच. पण अत्तराप्रमाणे आपला सुगंध न गमावता दीर्घकाल टिकणारे वाङ्मय निर्माण करण्याकडे बिनीच्या लेखकांनीच लक्ष देणे अवश्य नाही काय?

(५) विनोदी, शास्त्रीय, चमत्कृतिजनक, अद्भुतरम्य इत्यादी विविध कथाविभाग मराठीत बाल्यावस्थेत आहेत. ऐतिहासिक कथा मागे पडल्या आहेत ही गोष्ट खरी; पण या नवीन विभागातील वाङ्मयाने वैचित्र्याची उणीव सहज भरून निघेल.

ही कामगिरी उपेक्षणीय नाही

वर्तमान मराठी कथावाङ्मयातील काही उणिवा वरील त्रोटक विवेचनात मी

दिग्दर्शित केल्या याचे कारण भविष्याकडे लागलेली माझी दृष्टी हेच होय. कथावाङ्मयाने गेल्या अर्धशतकात केलेली कामगिरी काही उपेक्षणीय नाही. मंदाकिनीने पृथ्वीवर अवतरून धान्यसमृद्धी करावी, त्याप्रमाणे हरिभाऊंची प्रतिभा मोहक अद्‌भुतरम्यतेतून रसपूर्ण वास्तवाकडे वळली व कधीही न कोमेजणारी अनेक कथापुष्पे तिने शारदेच्या चरणांवर वाहिली. कादंबरीकार या नात्याने प्रो. वामनराव जोशी यांनी विचारप्राधान्य व प्रो. फडके यांनी कलासौंदर्य आणून या मूर्तीची पूजा केली. नाथमाधव व डॉ. केतकर, ना. ह. आपटे व हडप यांचे वाङ्मय एकमेकांहून कितीही भिन्न असले, तरी त्यांची मराठी कादंबरीची सेवा संस्मरणीयच ठरेल. याशिवाय एक-दोन वाचनीय कृती निर्माण केलेले कादंबरीकार तर कितीतरी आहेत. आरंभीच उल्लेखिलेल्या यंदाच्या कादंबरीलेखकांच्या यादीत पु. य. देशपांडे, माडखोलकर, सौ. शांताबाई नाशिककर प्रभृतींची नावे घातली, म्हणजे मराठी कादंबरीचे क्षेत्र किती विविध होत चालले आहे, याची कल्पना येईल.

जुन्या कथालेखकांचे संग्रह करा

मराठी गोष्टी व लघुकथा यांची वाढ तर कादंबरीपेक्षाही आश्चर्यकारक वाटते. मनुष्याच्या वेशाप्रमाणे वाङ्मयाच्या बहिरंगातही अनेक बदल होतात. एके काळी गंधर्व टोपी तरुणांच्या डोक्यावर प्रमुखत्वाने दिसत असे. पुढे गांधी टोपीने तिची जागा घेतली. आता बिनटोपीचा काळ आलेला दिसतो. पण टोपीचा आकार व रंग बदलो अगर प्रसंगी टोपी असो वा नसो, डोके जागेवर असले म्हणजे झाले. मराठी गोष्टींच्या बाबतीतही तेच म्हणता येईल. गोष्ट हे जुनेपुराणे नाव मागे पडून लघुकथा हे नाव रूढ झाले, अगर तिच्या बहिरंगात बदल होऊ लागला, म्हणून आतापर्यंतच्या कथालेखकांची कामगिरी काही कमी दर्जाची ठरत नाही. १९३३ अखेर प्रसिद्ध झालेल्या संग्रहाचे सहज सिंहावलोकन केले, तर हरिभाऊ आपटे. कोल्हटकर, केळकर, वा. म. जोशी, वरेरकर, ना. ह. आपटे, कॅ. लिमये, वा. ना. देशपांडे, चिं. वि. जोशी, सरस्वतीकुमार, सौ. कमलाबाई टिळक, एक विद्यार्थी, आंबेकर, सुखठणकर, कुमार रघुवीर, आधुनिक एकलव्य, विभावरी शिरूरकर, वाळके प्रभृतींची आकर्षक नावे डोळ्यांपुढे उभी राहतात. या लेखकाप्रमाणेच ज्यांचे श्रम मराठी लघुकथेवर सौन्दार्यचा साज चढवायला कारणीभूत झाले आहेत अगर होतील अशी खातरी वाटत आहे, असे लेखकही अनेक आहेत. शि. म. परांजपे, गुर्जर, कृ. के. गोखले, सौ. क्षमाबाई राव, प्र. के. अत्रे, शं. वा. शास्त्री, कु. प्रभावळकर, दौंडकर, मांजरेकर इत्यादी नावे कोणता रसिक वाचक विसरेल? सौ. शांताबाई नाशिककर, वि. ल. बर्वे, ना. धो. ताम्हणकर, वकील, ग. रा. बाळ, भ. दि. गांगल वगैरे नावेही कथावाचकांना प्रिय वाटणारी अशीच आहेत. या कथालेखकांपैकी कै.

परांजपे, गुर्जर, कै. गोखले, सौ. क्षमाबाई राव इत्यादिकांचे कथासंग्रह यापूर्वीच प्रसिद्ध व्हावयाला पाहिजे होते. लहान मुलांना आधी जेवू घालतात त्याप्रमाणे ऐन पंचविशीतल्या तरुणांच्या कथाही आता संकलित होऊ लागल्या आहेत. अशा वेळी मराठी लघुकथेच्या बाल्यावस्थेत आपल्या प्रतिभेने ज्यांनी तिचे पोषण केले त्या गुर्जर-गोखलेंसारख्या साहित्यसेवकांचे संग्रह प्रसिद्ध होणे आवश्यक नाही काय?

भविष्याचे मनोहर स्वप्न

तथापि, ही सर्व नावे व त्यांचे कर्तृत्व लक्षात घेऊनही मराठी कथावाङ्मयाला प्रगतिपथावरील बरीच मोठी मजल अजून मारायची आहे, असे मला वाटते. इंग्लिश, अमेरिकन अगर रशियन कथालेखकांना जे कार्य करता येत आहे ते आम्हा मराठी कथालेखकांना थोड्या अंशाने तरी का करता येऊ नये?

सध्याच्या काळी ईश्वरावरच श्रद्धा असण्याची मारामार! मग बिचाऱ्या सैतानाला कोण पुसतो? तथापि त्याच्या तोंडचे 'स्वर्गातल्या गुलामगिरीपेक्षा नरकातील राज्यपद श्रेष्ठ आहे' हे वाक्य मला नेहमीच स्फूर्तिदायक वाटते. 'असंतोष: श्रियो मूलम्' हे तत्त्व व्यवहाराप्रमाणे वाङ्मयातही खरे आहे आणि म्हणून सैतानाच्या वरील वाक्यातील जळजळीत स्वाभिमान, त्याला बायबलाचा आधार नसला तरी मराठी कथालेखकांनीही अंगी बाणविला पाहिजे. दुबळी आत्मतृप्ती आता पुरे झाली! सबळ महत्त्वाकांक्षेवर आपण आरूढ होऊ या. या महत्त्वाकांक्षेच्या विमानात बसून वर जाऊ लागले की, प्रथम मराठी कथावाङ्मयाने जागृत केलेला महाराष्ट्रजनसमुद्र दिसू लागतो आणि मराठी कथावाङ्मयाची हिंदी, बंगाली व इंग्रजी रूपांतरे मानाचे मुजरे घेत असल्याचा देखावा प्रगट होतो. त्याच्याही वर थोडे गेले की, नोबेल प्राइझचा कीर्तिमुकुट मराठीतील भावी हरिभाऊंच्या मस्तकावर विराजमान झाल्याचे रम्य दृश्य प्रादुर्भूत होते. माझ्यासारख्या आशाळभूत भक्ताची ही स्वप्ने खरी करण्याचे सामर्थ्य अंगी आणण्याची सद्बुद्धी देवी सरस्वतीने सर्व प्रतिभावंत मराठी कथालेखकांना द्यावी अशी विनंती करून आणि आपणा सर्वांचे मन:पूर्वक आभार मानून मी आपली रजा घेतो.

◆

गोमंतक-साहित्य-संमेलन
अधिवेशन पहिले
मडगाव, मे १९३५

प्रिय बंधु भगिनींनो,

आजच्या आपल्या संमेलनाच्या अध्यक्षस्थानी माझी निवड करण्यात गोमंतकाची उदारवृत्तीच प्रगट झाली आहे हे मी जाणून आहे. सह्याद्रीच्या पलीकडील महाराष्ट्रात काय अगर अलीकडील महाराष्ट्रात काय या अध्यक्षपदाला माझ्याहून अधिक योग्य असे अनेक साहित्यिक सहज सापडले असते. पण महाराष्ट्राच्या दोन्ही भागांचा पाहुणा होण्याचा जो दूरदर्शीपणा मी दाखविला आहे, त्याचे फळ म्हणजे असल्या मानाच्या मेजवान्या होत. 'दोन्ही घरचा पाहणा उपाशी' ही म्हण रूढ करणाऱ्या मनुष्याचा अनुभव काय असेल तो असो! ही म्हण जरूर सुधारली पाहिजे असे मला वाटते. 'दोन्ही घरचा पाहुणा आणि डॉक्टर लवकर आणा' असे विनोदाने तिचे रूपांतर केले तरी तेसुद्धा चालेल. कारण उपासाने तळमतळण्यापेक्षा अजीर्णाने वळवळणेच एकंदरीत चांगले नाही का? शिवाय उपासाचा दोष यजमानाकडे तर अजीर्णाचा खुद्द पाहुण्याकडेच असतो, असे म्हणता येईल!

आपण प्रेमाने दिलेल्या या स्थानाबद्दल मी आपला अत्यंत आभारी आहे. समुद्रातले खारट पाणी आकाशात मेघमंडळाच्या पालखीतून मिरवते, अनेकदा त्याच्यावर विजेच्या चवऱ्या ढाळल्या जातात; पण या सर्वांचे श्रेय सूर्यकिरणांकडेच असत नाही काय? सन्मानही तसेच असतात. तेव्हा आपल्या प्रेमाचे हे ऋण

आनंदाने घेऊन ते सव्याज फेडण्याचा मी या दोन दिवसांत यथाशक्ती प्रयत्न करणार आहे. कदाचित आपल्या भांडवलाला भरपूर व्याज मिळेल; कदाचित व्याजाच्या आशेने भांडवल बुडविले असेही आपणाला वाटेल. ते काही झाले तरी ऋणको प्रामाणिक आहे एवढे आपण म्हटले म्हणजे माझे काम झाले. कृतज्ञतादर्शनाचे हे आनंददायक काम यापेक्षा अधिक लांबविणे शक्य असले तरी इष्ट नाही. सूत्रधारांनीच पहिला अंक खाऊन टाकला, तर नायक-नायिका आपली काव्यमय भाषणे विसरून त्यांना शिव्याशाप द्यायला लागल्याशिवाय राहतील का?

प्रांतिक संमेलनांची आवश्यकता

मोठ्या संमेलनामुळे असल्या प्रांतिक संमेलनांची आवश्यकता नाहीशी होत नाही; उलट वाढते मात्र! नदीत भरपूर पाणी असले तरी तिच्यापासून दूरदूर असलेले प्रदेश कालवे काढल्यावाचून कधीतरी सुपीक होतील का? महाराष्ट्र साहित्य संमेलन दरवर्षी अनेक उपयुक्त ठराव करीत असते; पण त्या ठरावांची अंमलबजावणी कुणी करायची? सुवासिनीला 'अष्टपुत्रा सौभाग्यवती भव' असा आशीर्वाद (संततिनियमनाचे पुरस्कर्ते याला शाप म्हणत असतील काय?) देणे फार सोपे! पण मृत्युशय्येवर पडलेल्या तिच्या पतीसाठी संजीवनी शोधून आणणे तितकेच कठीण! खुद्द मुंबईसारख्या मध्यवर्ती शहरालासुद्धा जिथे आपले संमेलन भरविणे आवश्यक वाटते, तिथे गोमंतकासारख्या एका बाजूच्या प्रदेशाचे तर ते अपरिहार्य कर्तव्यच ठरते यात संशय नाही.

महाराष्ट्र - रामायणातली ऊर्मिला

गोमंतकभूमीची मूर्ती ज्या ज्या वेळी माझ्या डोळ्यांसमोर उभी राहते त्या त्या वेळी मला रामायणातल्या ऊर्मिलेची आठवण होते. प्रभू रामचंद्र पितृवचन पाळण्याकरिता वनात गेले म्हणून ते थोर! राजवाड्याकडे पाठ फिरवून सीतादेवीने त्यांच्याबरोबर पर्णकुटिकेत प्रवेश केला म्हणून ती श्रेष्ठ. बंधुप्रेमाने लक्ष्मणाने चौदा वर्षांचा वनवास पत्करला म्हणून तोही त्यागी! आणि ऊर्मिला? वयाने सीतेएवढीच असलेली, सीतेबरोबरच लग्न झालेली लक्ष्मणाची पत्नी ऊर्मिला? सीता वनात राहिली; पण ती पतीच्या सहवासात. ऊर्मिला राजवाड्यात राहिली; पण ती पतीच्या विरहात! दोघींपैकी मोठा त्याग कुणाचा? रवींद्रनाथ म्हणतात त्याप्रमाणे 'सीतेच्या अश्रुजलाने ऊर्मिलेचे चित्र साफ पुसून गेले आहे' हे खरे! पण कल्पनेने हे चित्र रंगविले की ते सीतादेवीच्या चित्रापेक्षाही अधिक करुणोदात्त भासत नाही काय? महाराष्ट्रभूमीचे गेल्या पाच शतकांतील चरित्र सीतेसारखे झाले. ते दुःखमय असले तरी त्या दुःखांना स्वराज्याने उजाळा दिला आणि यशाने त्या दुःखांची शल्ये बोथट केली. पण

गोमंतकभूमी? ऊर्मिलेप्रमाणे तिचे सारे जीवनचरित्र वाटते. स्वधर्म व स्वभाषा यांच्या संरक्षणासाठी तिने जिवाचे रान केले; परंतु ऐतिहासिक काळात तरी तिची कळत नकळत उपेक्षाच झाली.

इष्ट परिवर्तन

या उपेक्षेच्या कारणांचे संशोधन करीत बसून आजच्या संमेलनाला इतिहास-संशोधक-संमेलनाचे स्वरूप आणण्याचा माझा विचार नाही. इंग्रजी अमदानीपूर्वीचा इतिहास सोडून दिला तरी गोमंतकाविषयी महाराष्ट्राला आपलेपणा वाटू लागायला फार काळ जावा लागला. मुंबई, पुणे, कोल्हापूर, सांगली, बेळगाव, बडोदे, ग्वाल्हेर, इंदूर, हैदराबाद, अमरावती, नागपूर, मालवण यांच्याप्रमाणेच पणजी व मडगाव हीही आपली नाकी आहेत हे वर्तमानपत्री गस्त घालणाऱ्यांच्यासुद्धा अनेकदा लक्षात येत नाही. मग आपल्या पोटापाण्याच्या पंचक्रोशीबाहेर कधीच न पडणाऱ्या सामान्य मनुष्याची काय कथा? १९३० साली इथे भरलेल्या साहित्य संमेलनाने हे दूरत्व उत्पन्न करणारे धुके अंशतः तरी दूर केले. तेव्हापासून महाराष्ट्र व गोमंतक यांचे परस्परांविषयीचे आकर्षण प्रतिवर्षी वाढतच आहे. नदीच्या मुखात साचलेला गाळ दूर होताच समुद्रातून आलेल्या नौकांचा संचार जसा तिच्यात सुरू होतो, त्याप्रमाणे महाराष्ट्राच्या चळवळी, सुख-दुःखे व आशा-आकांक्षा आता अनिरुद्धपणे गोमंतकात येत आहेत आणि नदीतले पाणी जसे समुद्राला मिळावे त्याप्रमाणे गोमंतकातील कला व वाङ्‌मय यांचा विलास महाराष्ट्रीय वाचकांची मने आकर्षून घेत आहे.

महाराष्ट्राचे नंदनवन

केवळ भूमीदृष्ट्या पाहिले तरी ज्याचा महाराष्ट्राला अभिमान वाटावा असाच गोमंतकाचा प्रदेश आहे. महाराष्ट्राची भूमी दगडाधोंड्यांनी भरलेली; पण दगडधोंड्यांवर फुले पडली की त्यांना देवकळा येते. ही फुले गोमंतकाशिवाय दुसरा कोणता भाग विपुलतेने देऊ शकेल? सागराच्या बाहूवर एखाद्या सुंदर बालिकेप्रमाणे विराजणारी पणजीनगरी, निसर्गाचे महाकाव्य भासणारा दुधसागर, यक्षभूमीप्रमाणे मोहिनी घालणारी विविध देवालये. ओझरत्या नजरेने प्रवास करणाऱ्यालासुध्दा गोमंतकातील ही सुंदर दृश्ये चटका लावल्याखेरीज राहणार नाहीत. गोड स्वप्न वर्षानुवर्षे आपल्या आठवणीत राहत नाही का?

कलामंदिर

गोमंतक हा महाराष्ट्राच्या राजवाड्यातील नुसत्या निसर्गाचा जामदारखाना नाही.

ते त्यांचे कालामंदिरही आहे. चित्र, शिल्प, गायन इत्यादी कलांचे हे माहेरघर महाराष्ट्राला लाभले नसते, तर त्याची सौंदर्यदृष्टी अधू ठरली असती, असे म्हणण्यात मुळीच अतिशयोक्ती नाही.

मराठी भाषा व कोकणी बोली

महाराष्ट्राचे व गोमंतकाचे इतके निकट संबंध असले तरी गोमंतकाचे स्वतंत्र वैशिष्ट्यही डोळ्यांत भरण्याजोगे आहे. आईच्या पोटातील गर्भाप्रमाणे गोमंतक महाराष्ट्रावर सर्वस्वी अवलंबून नाही. त्याचे संबंध थोडे फार जुळ्या भावाप्रमाणे आहेत. उदाहरणच घ्यायचे झाले तर ते व्यवहारातील बोलीचे घेता येईल. भाषाशास्त्रदृष्ट्या गोव्यातील कोकणी व महाराष्ट्रातील मराठी या बहिणी बहिणी अगर मायलेकी ठरतील. पण नवख्या महाराष्ट्रीयाला गोव्यातील संभाषण ऐकताना आपण कुठल्यातरी दूरच्या देशात तर गेलो नाही ना, असा क्षणभर भास होतो. पुस्तकी मराठी भाषेहून गोमंतकीय बोलीचे स्वरूप अत्यंत भिन्न असले, तरी मराठीला संपन्न करण्याइतकी शक्ती या बोलीच्या अंगी आहे यात संशय नाही. या बोलीतच सर्व लेखन करून मराठीला सवता सुभा निर्माण करण्याची कल्पना मात्र मला शक्यतेच्या कोटीतली वाटत नाही. पुस्तकी भाषा व बोली यांच्यातले अंतर सर्वत्रच अतितीव्र असते. हार्डीच्या कादंबऱ्यात अगर गॅल्सवर्दीच्या नाटकांत बोलीचा चातुर्याने उपयोग केलेला आढळतो. पण तिथेसुद्धा भाषा जाणणाऱ्याला बोली कळतेच असा अनुभव येत नाही. बारा कोसांवर भाषा बदलते म्हणतात. प्रत्येकाने आपल्या बोलीतच लिहायचे ठरविले तर तीस-पस्तीस मैलांवर नव्या नव्या भाषेचे विद्यापीठ स्थापण्याची पाळी येईल. मोठ्या नदीत लहान नदी मिळून जाते त्याप्रमाणे ग्रंथलेखनात बोलीने भाषेशी समरस झाले पाहिजे. मात्र अशा समरसतेतही गोमंतकीय बोलीला शब्द, वाक्प्रचार, म्हणी इत्यादिकांत आपले वैशिष्ट्य निःसंशय राखता येईल. मोत्यांप्रमाणे शब्दांची किंमतही अचूक पारखणे सोपे नसते. लेखनाला दुर्बोधता न आणता प्रांतिक शब्द ग्रांथिक करणे ही कला आहे. गोमंतकाच्या लेखक-कवींनी ती साध्य केल्यास आपले स्वत्व कायम ठेवून मराठीला वैचित्र्यपूर्ण संपन्नता आणल्याचे श्रेय त्यांना मिळेल. इंग्लंड व अमेरिका यांच्यामध्ये केवळ भौगोलिकदृष्ट्याच नव्हे, तर राजकीय व सामाजिक परिस्थितीच्या दृष्टीनेही एक महासागर पसरला आहे. पण त्या महासागराला न जुमानता भाषेच्या प्रेमबंधनाने हे दोन्ही देश अजूनही बांधले गेले आहेतच की नाही? महाराष्ट्र व गोमंतक यांचे तर अनेक हितसंबंध एकरूप होत आहेत. अशा स्थितीत भाषेच्या बाबतीत गोमंतकाने सवता सुभा उभारावा असा सल्ला कोण देईल? संस्कृतातल्या व्याख्यानाप्रमाणे कोकणीतले लेखन चमत्कृती उत्पन्न करू शकेल; पण ते कार्यकारी होणार नाही. आजी व नात या दोघींच्याही बोलण्याचे

घरात आपण कौतुक करीत नाही का? त्यातलाच हा प्रकार!

शिक्षणप्रसार

साहित्य संमेलन म्हटले की तिथे दगडाला पाझर फोडणारे काव्य, पुतळ्याला हसविणारा विनोद आणि समाजाला धक्के देणारी कथानाटके (हे दिलेले धक्के कधी कधी सव्याज परतही मिळतात!) यांचीच सामान्यत: चर्चा होते. पण संगमरवरी साहित्यमंदिरावर सोन्याचा कळस चमकत असला तरी त्याचा पाया बहुजन समाजातील शिक्षणप्रसारावरच अवलंबून असतो. या बाबतीत गोमंतकाची कामगिरी केवळ अपूर्व आहे. लोकांनी स्वार्थत्यागपूर्वक चालविलेल्या मराठी शाळा जर इथे नसत्या तर येथील मराठी भाषा कधीच शरपंजरी पडली असती. त्या शरपंजराला आपल्या तपश्चर्येने सिंहासनाचे रूप देण्यात गोमंतकाने दाखविलेले कर्तृत्व मराठी भाषेच्या इतिहासात सुवर्णाक्षरांनी लिहावे लागेल. खाडीच्या काठावर माडांच्या बागा कुणीही उठवील. पण ओसाड माळरानावर त्यांचे छत्र झुलते ठेवायला रक्ताचे पाणी करणाराच मनुष्य लागतो! शिक्षणदृष्ट्या गोमंतकातील मराठी शाळांची एकरूपता करण्यासारखे प्रश्न महत्त्वाचे असले तरी ते थोडेसे निराळ्या क्षेत्रातील आहेत.

गोमंतक व बालवाङ्मय

पण गोमंतकीय मराठी शाळांकरिता स्वतंत्र बालवाङ्मयाची अत्यंत जरुरी आहे असे मला वाटते. लोककथा, दंतकथा, ऐतिहासिक कथा, शिशुगीते वगैरेंचा केवढा तरी मोठा साठा या भूमीत पडून राहिलेला आहे. बालमानसशास्त्र व शिक्षणशास्त्र यांचा अभ्यास करून हे सर्व अद्भुतरम्य वाङ्मय लिहिले गेले तर केवळ गोमंतकात नव्हे, तर महाराष्ट्रातही त्याला मान्यता मिळेल. बारा महिने अहोरात्र निसर्ग जिथे विविध खेळांत रंगून गेला आहे, तिथे अद्भुतरम्य कल्पनांची निर्मिती व कथांची गुंफण होणे काही कठीण नाही. संध्याकाळच्या वेळी रायारायांतून कानगोष्टी करीत जाणारा वारा, पावसाळ्याच्या आरंभी रात्रीच्या अंधारात नृत्य करणारे काजवे, मोकळ्या मनाच्या सुरंगीपासून आतल्या गाठीच्या अबोलीपर्यंतची विविध फुले, प्रात:कालीन अरुणरंगात स्नान करून आलेल्या बोंडूपासून अमृताने भरून गेलेल्या माणकूर आंब्यापर्यंतची फळे, करुणगीत गाणाऱ्या कवड्यापासून पंचमात शृंगार आळविणाऱ्या कोकिळेसारख्या पक्ष्यांचे सूर, एक न दोन, बालमनाला मोहिनी घालणाऱ्या गोष्टींनी गोमंतकाची सृष्टी फुलली आहे. या सोन्याच्या खाणीचा उपयोग बाहेरून कितीही चतुर लेखक आले तरी त्यांना करता येणार नाही. गोमंतकीय लेखकांनी या कार्याकडे अगत्य लक्ष द्यावे, अशी माझी त्यांना विनंती आहे. वानगी म्हणून अशा प्रकारचा माझा एक प्रयत्न मी आपल्यापुढे ठेवतो.

फणसाचे काटे

थंडीवर राज्य आले. धुक्याने तिचे डोळे झाकले. पालवी लपायला गेली. फुले दडून बसली. फळेही दिसेनाशी झाली.

धुके हसत हसत म्हणाले, 'साई सुट्य!'

थंडीने डोळे उघडून पाहिले. सारी झाडे उघडी. सारी सृष्टी दगडी. ती भिरभिर फिरली. अगदी वाऱ्यासारखी. दातओठ खात तिने शोध शोधले. पण तिच्या हाताला कुणीच लागले नाही. ती कंटाळली आणि निघून गेली.

थंडी फसली. झाडे हसली.

वसंत झाडापाशी जाऊन साद घालू लागला.

'काजूकाका, काजूकाका, बाहेर या.'

काजूच्या झाडावर चिमुकले पिवळे तांबडे बोंडू डोळे मिचकावू लागले. जणू काही रंगपंचमीचा रंग उडवीतच ते बाहेर आले होते.

'अंबुताई, अंबुताई, बाहेर या.'

पायरीच्या पानाआडून अंबुताई लाजत लाजत पुढे आली. तिचे नाक मुरडल्यासारखे दिसत होते. भातुकलीचा खेळ अर्धाच टाकून यावे लागल्यामुळे तिला राग आला होता की काय देव जाणे!

'फणसदादा, फणसदादा, बाहेर या.'

हिरवीगार फळे फणसांच्या झाडांवर डुलू लागली. किती नितळ होते त्याचे अंग! जणू काही मऊ मऊ गवताची शालच!

पण फणसची फळे मोठेपणाच्या अभिमानाने चढून गेली! पायरीच्या आंब्याकडे पाहून ती गात 'पोरीचं नाक चपटं, नवऱ्याला नाही खोपटं!' बोंडूकडे पाहून ती फिदीफिदी हसत आणि म्हणत, 'भडक भडक रंग, शिमग्यालं सोंग!'

ही गाणी ऐकून बोंडूचा तांबडा रंग रागाने अधिकच तांबडा होई!

पायरीवरल्या अंबूताईच्या नाकाला आणखी थोडी मुरड पडे.

दोघांनाही फणसाप्रमाणे काव्य करता येत होते! पण फणसाची निंदा करायची तरी कशी? सुंदर हिरवा रंग, मऊ मऊ अंग, पिकताना हिरवा चाफा फुलल्यासारखा वास बोंडू आणि आंबे यांची चडफड मनातल्या मनातच राहिली. येऊन जाऊन एक काय ते व्यंग होते. फणसांना झाडावर लपायला चांगली जागा मात्र नव्हती. आणि कुठे असली तरी त्यांच्या अंगाला ती पुरी थोडीच होणार होती!

* * *

काळाकुट्ट काळोख! त्यात वळवाच्या पावसाची भर!

एका फणसाने विचारले, 'काय वाजतंय हे?'

आंब्याने उत्तर दिले. 'भुतांची पावलं.'

लगेच गडगडाट आणि कडकडाट!

फणसाने कापऱ्या स्वराने प्रश्न केला 'काय आहे हे?'

बोंडूने उत्तर दिले 'भुतांच्या नौबती नि मशाली!'

फणस घाबरून गेला. लपून बसायलाही जागा दिसेना त्याला. मनाला धीर यावा म्हणून त्याने हाक मारली—

'काजूकाका—'

'ओ' नाही. भुतांची पावले मात्र अधिक जोराने वाजत होती. फणसाने केविलवाण्या स्वराने हाक मारली 'अंबूताई—'

'ओ' नाही.

भुतांच्या नौबती मोठमोठ्याने वाजू लागल्या. त्यांनी मशाली पाजळल्या. आता -

फणसाच्या सर्व अंगावर भीतीने काटा उभा राहिला. भुते गेली; पण तो काटा कायमच राहिला.

दुसरे दिवसापासून फणसाने बोंडूंना व आंब्यांना हसायचे सोडून दिले. तो हसतोय असे वाटले की ते मोठमोठ्याने गाऊ लागतात—

'भुतावळ दाटे
लपु तरी कुठे?
पळु कुण्या वाटे?
आले अंगि काटे!'

लोकशिक्षणात्मक साहित्य

शिक्षणप्रसार हा साहित्यमंदिराचा पाया झाला. त्याच्यावरील पहिला मजला म्हणजे मतप्रचारात्मक वाङ्मय. या वाङ्मयात काव्य-शास्त्र-विनोदाला वाव नाही असे नाही. पण तरवारीच्या मुठीवर कितीही सुंदर नक्षी काढली तरी तिची योग्यता शेवटी तिच्या धारेवरच ठरायची! वर्तमानपत्र व काही अंशी मासिके यांचे स्वरूप असेच असते. लोकशिक्षण हे त्याचे मुख्य ध्येय. लोकमताला वळण लावणे हे त्यांचे मुख्य कार्य. कलेपेक्षा विचाराला आणि वाङ्मयविलासापेक्षा वर्तमान घडामोडींना त्यांना महत्त्व द्यावे लागते. 'हिंदु'सारखे सामर्थ्यवान पत्र गोमंतकाची नुकतेच होऊन गेले. 'भारता'सारखी पत्रे आपले कार्य जोमाने करीतच आहेत. पण वृत्तपत्रांची कुचंबणा व्हावी अशीच दुर्दैवाने गोमंतकाची परिस्थिती आहे. येथील वृत्तपत्राचा संपादक, विद्वान, चतुर, रसिक आणि निर्भीड असला तरी गोमंतकाबाहेर त्याच्या या गुणांचा काय उपयोग? येथील स्थानिक, राजकीय व सामाजिक प्रश्न महाराष्ट्राला

कळणेच कठीण! मग त्यांच्याविषयी जिव्हाळा तरी कसा उत्पन्न व्हावा? जिच्यातून आवाज बाहेर जाऊ शकत नाही अशा खोलीत कितीही गोड गळ्याच्या गवयाने आपला घसा कोरडा केला म्हणून त्या इमारतीबाहेर लोकांची दाटी झालेली दिसेल का? सर्व गोमंतकाचे एकच मराठी मुखपत्र होऊन त्याच्यात वाङ्मयात्मक व सामाजिक प्रश्नांना प्राधान्य मिळेल तर त्याचे आकर्षण महाराष्ट्रीयांना वाटण्याचा संभव आहे. पण ही गोष्ट आकाशपुष्पांच्या भयंकर वृष्टीने बेशुद्ध पडलेल्या वंध्यापुत्राला सावध करण्याकरिता त्याच्या डोळ्यांत शशशृंगाचे अंजन घालण्यासारखीच अनेकांना वाटायची. प्रमुख महाराष्ट्रीय वृत्तपत्रांनी गोमंतकात निघणाऱ्या वृत्तपत्रातील महत्त्वाचे उतारे व गोमंतकवार्ता नियमितपणे दिल्यास सद्य:स्थिती सुधारेल. पण ही सुधारणा म्हणजे शक्तिवर्धक औषध! विकृती पूर्णपणे नाहीशी करण्याचा काही तो उपाय नव्हे.

मासिकांचे क्षेत्र स्वभावत: वर्तमानपत्रांइतके संकुचित असत नाही. नागपूरच्या 'महाराष्ट्रा'तील भ्रमराचा गुंजारव गोमंतकातील वाचकांना गूढगुंजनाइतकाच गम्य वाटेल; पण नागपूरच्या मासिकातील कथा व लेख वाचताना काही त्यांना तसा भास होणार नाही. त्यामुळे या क्षेत्रात गोमंतकाला अधिक यश येण्याचा संभव आहे. अलीकडच्याच गोष्टी पाहिल्या तर मध्यंतरी निघालेले 'सुबोध' किंवा यंदाच जन्माला आलेली 'युगांतर' व 'कला' या दृष्टीने स्वागतार्ह वाटतात. पण आश्रयाच्या अभावाचा बागुलबोवा येथील मासिकांनाही भेवडावल्यावाचून राहत नसेल! खुद्द महाराष्ट्रात नित्य नवी मासिके जन्माला येत आहेत. मध्यवर्ती प्रकाशनस्थळ, लेखकवर्गाशी परिचय, महाराष्ट्राच्या आवडीनिवडीची कल्पना इत्यादिकांचा त्यांना स्वाभाविकपणे फायदा मिळत असूनही त्यात बालमृत्यूच फार होतात. अशा स्थितीत गोमंतकातील मासिकांनी यशस्वी होणे म्हणजे डोंगरपठारावर पाणी चढविण्यासारखेच आहे असे कुणाला वाटले, तर त्यात काय चूक आहे? दिवसेंदिवस गोमंतकीय लेखकांविषयीचे महाराष्ट्रीय वाचकांच्या मनातले प्रेम वाढत आहे. अशा वेळी सर्व गुणी गोमंतकीय लेखकांना एकत्रित करणाऱ्या मासिकाला यशाची आशा बाळगणे शक्य आहे हे मात्र खरे!

दुसरा मजला- शास्त्रीय वाङ्मय

साहित्यमंदिरातील दुसरा मजला शास्त्रीय वाङ्मयाचा. हा मजला मराठी वाङ्मयात जवळ-जवळ रिकामाच आहे. आम्हाला शास्त्र म्हणजे भुताटकीच वाटते की काय कुणाला ठाऊक! कॉलेजात शिक्षण घेणाऱ्या विद्यार्थ्याला रेडिओत अमुक गायिकेचे गाणे कधी आहे हे विचारा. तो क्षणाचाही विचार न करता बरोबर उत्तर देईल. पण रेडिओच्या रचनेचा अगर त्याच्या मुळाशी असलेल्या शास्त्रीय तत्त्वांचा प्रश्न निघू दे. तो नुसता आश्चर्यवत पाहू लागेल. आकाशातले गुरू, शुक्र, मंगळ ज्यांना ओळखता

येत नाहीत त्यांना सहज हात दाखववावा! लगेच शुक्राच्या उंचवट्यावर काय काय पिकते व गुरूच्या समुद्राकडे जाणारी नदी मधेच वाळवंटात गुप्त झाल्यामुळे पुढील भाग कसा ओसाड होतो, याची सविस्तर वर्णने ऐकायला मिळतील. सहवासोत्तर विवाह अगर विवाहोत्तर सहवास यांसारख्या विषयांवर वादविवाद करण्याची हौस असलेल्यांपैकी एखाद्याने तरी विवाहसंस्थेचा शास्त्रीय दृष्टीने अभ्यास करण्याचा प्रयत्न केलेला असतो का? उलट लग्न होण्यापूर्वीच यांच्यापैकी अनेक संततिनियमनावरली पुस्तके वाचून मोकळे झालेले असतात! गणितशास्त्र शिकण्याच्या तीव्र इच्छेमुळेच लहानपणी आपल्या मनातली आत्महत्येची लहर नाहीशी झाली, असे रसेलने म्हटले आहे. पण आमच्याकडे ते शिकावे लागते म्हणूनच आत्महत्या करायला निघालेले लोक अधिक आढळायचे!

आंधळ्याच्या हातात दिवा

पाश्चात्त्य देशात प्रत्यही नवे शोध लागत आहेत. कुणाची इच्छा असो वा नसो, यंत्रे मनुष्यजातीच्या देव्हाऱ्यात जाऊन बसली आहेत हे नाकारण्यात अर्थ नाही. या नव्या देवांचे स्वरूप जाणण्याची आम्हाला मुळीच इच्छा नाही. देवाला नवस केला अगर त्याच्यापुढे नाक घासले म्हणजे झाले हीच जिथे मूळची समजूत तिथे यंत्र-देवाशी तरी निराळे वर्तन कोण करणार? आळश्यावर गंगा आली तरी आपले अंथरूण भिजू नये म्हणून तो जसा बाजूला होईल, तशातली आमची सध्याची धडपड वाटते. यापुढे जगात ज्या समाजाला गुलाम म्हणून जगायचे नसेल त्याने भौतिक शास्त्रांना आपले गुलाम बनविले पाहिजे, ही गोष्टच अजून आमच्या गावी नाही. पदार्थविज्ञान, रसायन, वैद्यक, विद्युत, यंत्रज्ञान यांच्यावर अजून सुंदर बालोपयोगी पुस्तकेसुद्धा मराठीत होऊ नयेत, ही केवढी दुर्दैवाची गोष्ट आहे!

भौतिक शास्त्रांप्रमाणे सामाजिक शास्त्रांचाही व्यासंग आपल्यात नाहीच म्हटले तरी चालेल. मार्क्सचा समाजवाद अगर फ्रॉईडचे मनोविश्लेषणशास्त्र यांच्याविषयी सामान्य मराठी वाचकाने कुठून माहिती मिळवायची? इंग्रजीतून अशा प्रकारची तुटपुंजी माहिती घेऊन काही लेखक तिचे मराठी शुद्धीकरण मधूनमधून करीत असतात; पण कुठले तरी चार उतारे वाचून एखाद्या ग्रंथाचे रहस्य कुणाला तरी कळणे शक्य आहे काय? पुष्कळदा असे लेखक आंधळे असतात. अज्ञान, अनिष्ट वकिली अगर अशाच प्रकारच्या अन्य कारणाने अंध झालेल्या या लेखकांच्या हातातील ज्ञानदीपाने मार्गावर प्रकाश पाडण्याऐवजी आगी लागण्याचाच संभव अधिक असतो. मराठी वाङ्मयातील अशा प्रकारच्या नव्या आगी व त्या विझविण्याकरिता धावत आलेले जुने बंब यांची माहिती अगदी ताजी असल्यामुळे तिची पुनरुक्ती मी येथे करीत नाही.

गोमंतकाचा स्वतंत्र मार्ग

भाषाशास्त्र, इतिहास, समाजशास्त्र, अर्थशास्त्र, वैद्यक इत्यादी अनेक शास्त्रीय साहित्यशाखांत गोमंतकाला स्वतंत्र कर्तृत्वाला वाव आहे. कोकणी बोलीचा भाषाशास्त्रदृष्ट्या अभ्यास झाला, तर तो जुन्या मराठीवरदेखील प्रकाश पाडू शकेल. गोमंतकाचा इतिहास तर महाराष्ट्राला अजून अज्ञातच आहे म्हटले तरी चालेल. समाजशास्त्राच्या व्यवस्थित अभ्यासाला गोमन्तकासारखे मर्यादित क्षेत्र फार उपयोगी पडते. या शास्त्रातले गप्पांचे दिवस निघून गेले आहेत. आता गणिताचे दिवस आले आहेत. आजच्या समाजाचे भवितव्य स्मृतीतल्या शब्दांपेक्षा अनुभवाच्या आकड्यांवर अवलंबून ठेवणेच अधिक योग्य नाही का? जातिभेद व अस्पृश्यता असल्या हानिकारक रूढींचे मंडन मोठमोठ्या तत्त्वांच्या नावाखाली करण्याचा मोह अजून आमच्या पंडितांना आवरत नाही. अनिष्ट रूढींशी लढण्याच्या वेळी हातपाय गाळणाऱ्या या अर्जुनांना युद्धप्रवृत्त करणारी भगवद्‌गीता म्हणजे समाजशास्त्रच होय. गोमन्तकातील बुद्धिवान तरुणांनी व्यासंगपूर्वक या शास्त्राचा अभ्यास केल्यास केवळ गोमन्तकीयच नव्हे, तर महाराष्ट्रीय समाजालाही तो मार्गदर्शक होईल. वैद्यकासारख्या शास्त्रातही फ्रेंच भाषेच्या ज्ञानामुळे गोमन्तकाला बरेच कार्य करता येण्याजोगे आहे. महाराष्ट्रात फ्रेंच शिकणाऱ्यांपैकी बहुतेक लोक संस्कृतच्या रणांगणातून पळून आलेले असतात. 'शक्लृपचमुचि'च्या भुतावळीला भ्यालेले हे लोक परीक्षा पास झाल्यावर पुढे फ्रेंचचा व्यासंग कशाला चालू ठेवतील? शास्त्रीय वाङ्मयाच्या अभ्यासकाला कीर्ती कधीही लवकर माळ घालीत नाही हे खरे. सध्याची सामाजिक व आर्थिक परिस्थितीही अशा व्यासंगाला फारशी उपकारक नाही. पण मार्गात पर्वत उभे राहिले तरी बोगदे खोदून आपण त्यांच्यापलीकडे जातोच की नाही?

ललित वाङ्मय

ललित वाङ्मय हा साहित्यमंदिराचा सर्वांत वरचा मजला. ललित वाङ्मयाला अशा रीतीने शिक्षण, वृत्तपत्रे व शास्त्रीय वाङ्मय यांच्या डोक्यावर मी बसविलेले पाहून अनेकांना राग येईल. कित्येकांना हा 'अहो रूपम'चा एक प्रकारही वाटेल. हे सर्व विरोधक विचारतील, 'ज्ञानकोशापेक्षा हरिभाऊंच्या कादंबऱ्यांची किंमत तुम्ही जास्त मानता की काय? कुठे ज्ञानप्रकाश-केसरीचे कार्य आणि कुठे करमणुकीकरिता जन्माला आलेली एकच प्याल्यासारखी नाटके? श्यामभटाने आपली तट्टाणी श्यामकर्ण आहे म्हणून सांगितले तर ते एक वेळ चालेल. पण ती इंद्राच्या ऐरावताहूनही सुंदर आहे म्हणून तो सांगू लागला तर ते कोण ऐकून घेईल? फुरसदीचा वेळ मजेने घालवायला तुमचे ललित वाङ्मय छान असते. पण उद्या

अलगुजे बंदुकांपेक्षा लढायला अधिक उपयुक्त असतात असे म्हणू लागाल तुम्ही!'

समाजाच्या प्रगतीच्या दृष्टीने मतप्रचारक वाङ्मय अगर शास्त्रीय वाङ्मय यांना मी कोणत्याही प्रकारे ललित वाङ्मयापेक्षा कमी लेखीत नाही. पण ललित वाङ्मयाला नुसते मधुर सरबत मानणाऱ्यांना मी एवढेच विचारीन, 'पंडितमहाराज, प्रभु रामचंद्राचे एवढे मोठे रामराज्य होऊन गेले. त्या राज्याच्या कारभाराचे वार्षिक अहवाल कुणाला आतापर्यंत सापडले आहेत काय? आणि सापडले तरी कितीसे लोक ते वाचतील? पण वाल्मीकीचे रामायण मात्र आपण अजूनही गोडीने वाचीत आहो. भगवान कृष्णांनी रुक्मिणीहरण केले त्या वेळी कुंडिनपुरातील वृत्तपत्राने (अर्थात ते असल्यास) ती बातमी तिखटमीठ लावून लिहिली असेल; एवढेच नव्हे तर संस्कृतिनाश करणाऱ्या या विवाहाचा त्याने जोरदार व जळजळीत निषेध केला असेल. पण आज त्या निषेधाचे नाममात्र तरी अस्तित्व आहे का? उलट रुक्मिणी स्वयंवराची मधुर कथा मात्र अजूनही आपले मन रंजवीत आहे. राजकवी कालिदासाचा स्वामी विक्रमादित्य काय कमी पराक्रमी होता! कालिदासाच्या लेखणीपेक्षा त्याच्या खड्गानेच त्या वेळच्या लोकांचे डोळे अधिक दिपले असतील. पण कालिदासाने त्याच्या पराक्रमाचा इतिहास न लिहिता शकुंतलेच्या प्रेमकथेवर नाटक रचल्यामुळे विक्रमाविषयीचे आपले ज्ञान कितीतरी अपुरे राहिले आहे.'

ही प्रश्नोत्तरे वकिली पद्धतीची झाली. न्यायाधीशाच्या दृष्टीने बोलायचे झाले तर वाङ्मयाच्या या विविध प्रकारांची एकमेकांशी तुलनाच करता येत नाही असे म्हणणे योग्य होईल. आंब्याच्या झाडाची फळे श्रेष्ठ की मुळे श्रेष्ठ? मुळे श्रेष्ठ मानली म्हणून ती कुणी चाखून पाहणार नाही आणि फळे श्रेष्ठ मानली म्हणून मुळे खणून काढणे काही शहाणपणाचे होणार नाही. ललित वाङ्मय प्रचारकी वाङ्मयाप्रमाणे क्षोभजनक नसते अगर शास्त्रीय वाङ्मयाप्रमाणे ज्ञानवर्धकही नसते. पण क्षोभ व ज्ञान यांच्या पलीकडे असणारा जो आनंद आहे त्याचीच बहुजन समाजाला अधिक जरूर असते. वादविवाद आणि व्याख्याने ही निरुपयोगी आहेत असे कुणीच म्हणत नाही. पण गोड गाण्याइतकी त्यांना गर्दी कशी होणार?

ईव्हचा पुतळा व ममी

बडोदे येथील सुंदर चित्रमंदिरात अनेक प्रेक्षणीय वस्तू आहेत. त्यात आतल्या भागात हजारो वर्षांपूर्वीची इजिप्तमधील ममी आहे व प्रवेशद्वारापाशीच ईव्हचा सुंदर पुतळा आहे. त्या निष्प्राण ममीकडे पाहिले की मनात हजारो तऱ्हेचे विचार येतात. निर्जीव देहाच्या संरक्षणाच्या विद्येपासून मृत्यूनंतर मानवी जीवाच्या होणाऱ्या स्थितीपर्यंत अनेक विषय त्या ममीकडे पाहता पाहता मनाला चाटून जातात; पण मी पाहिले – कुठलाही प्रेक्षक त्या ममीपाशी फार वेळ उभा राहायला तयार होत नाही; पण तोच

प्रेक्षक बाहेर आला की, ईव्हच्या त्या रेखीव व मनोहर पुतळ्याजवळून त्याला हालवतच नाही. ईव्हशी कानगोष्टी करणाऱ्या सर्पाच्या अंगावरून त्याला हात फिरवावासादेखील वाटतो. तसे पाहिले तर तो पुतळा जन्मापासून निर्जीव! ती ममी एकेकाळी तरी चालती बोलती असेल. पण तिच्या एकेकाळच्या सजीवपणाची प्रेक्षकाला काय किंमत? सामान्य वाचकाला ललित वाङ्मय ईव्हच्या या पुतळ्याप्रमाणेच आकर्षक वाटते; आणि ललित वाङ्मयाचा हा पुतळा काही निर्जीव नसतो. उलट वाचकाच्या भोवताली रसरसणाऱ्या जीवनाने तो एकसारखा हालचाल करीत असतो.

साहित्याचे मोहिनीरूप ललित वाङ्मयात दिसत असल्यामुळे या वाङ्मयाच्या भजनी अधिक लोक लागतात हे स्वाभाविकच आहे. मराठी वाङ्मयाच्या या शाखेवर गोमंतकात लागलेली फळेही मधुर आहेत. रंगभूमीच्या विलासापासून दूर पडल्यामुळेच की काय, महाराष्ट्राला आकर्षून घेणारी नाट्यरचना गोमंतकात झालेली दिसत नाही. कथा व काव्य या दोन्ही विभागांत मात्र गोमन्तकीय लेखक दिवसेंदिवस प्रगती करीत आहेत, ही आनंदाची गोष्ट आहे. मडगावच्या साहित्य संमेलनापासून गेल्या पाच वर्षांचा इतिहास पाहिला तरी वि. स. सुखठणकर, प्रो. लक्ष्मणराव सरदेसाई यांनी कथालेखक म्हणून आणि कारे, बोरकर यांनी कवी म्हणून महाराष्ट्रीय कीर्ती मिळविली. यांच्याइतके नसले तरी थोडेफार स्पृहणीय यश ज्यांच्या पदरात पडले आहे, असे लेखकही काही संख्येने थोडेथोडके नाहीत. पार्तुगीज भाषेचा परिचय, निसर्गसुंदर जन्मभूमी, कलापूर्ण वातावरण, दोन भिन्नधर्मीय समाजांचे संघटन इत्यादी विविध साधने येथील ललित लेखकांना लाभण्यासारखी असल्यामुळे त्यांच्याकडून महाराष्ट्रशारदेच्या अंगावर चढणारे अलंकार मोलाचे असावेत अशी अपेक्षा केली, तर तिच्यात अस्वाभाविक असे काय आहे?

ललित वाङ्मयाचे पंचप्राण

सौंदर्यदृष्टी, सहृदयता, वैयक्तिक तत्त्वज्ञान, सूक्ष्म निरीक्षण व कलाचातुरी हे ललित लेखनाचे पंचप्राण होत. लेखकाने त्यांच्यापैकी एकादोघांची उपेक्षा केली तरी त्याची मानससृष्टी उजाड झाल्याशिवाय राहत नाही.

सौंदर्यमीमांसा

ललित लेखकाने सौंदर्यलालसा बाळगावी याचा अर्थ रस्त्याने जाणाऱ्या येणाऱ्या प्रत्येक तरुणीकडे टक लावून पाहत बसण्याचा राजरोस परवाना सरस्वतीदेवी त्याला देत असते असा मात्र नाही. निसर्ग व मनुष्य यांच्यातले सौंदर्य काव्यदृष्टीने ओळखण्याची कला त्याच्या अंगी हवी एवढाच या म्हणण्याचा हेतू. श्री. कारे यांच्या काव्यसंग्रहाच्या प्रस्तावनेत प्रो. वा. म. जोशी यांनी उपस्थित केलेला एक

मुद्दा या ठिकाणी पुष्कळांना आठवेल. श्री. वामनरावजींचे वकिली प्रश्न असे आहेत, 'सृष्टी ही सुंदर आहे, पावन आहे, आनंदमय आहे अशा प्रकारची भावना आपणामध्ये जी कित्येक वेळा दिसून येते ती खरोखरच साधार आहे की काय? सृष्टीमध्ये साप, फुरशी, वाघ, सिंह, काटे, पातेरा, चिखल, डबकी वगैरे ज्या गोष्टी आहेत, त्यांकडे आपण दुर्लक्ष करता, की त्यादेखील तुम्हाला एखाद्या 'दिव्य' व 'अनिर्वचनीय' अर्थाने सुंदर, पावन व आनंदमय वाटतात? आणि एखादे वेळेस तसे वाटत असले तर अशा अनाधार भावनेचे मूल्य काय? तिचे स्तोम माजविणे इष्ट आहे काय? सृष्टिपूजक कवींचा आधुनिक कालांतला आदिगुरू जो वर्डस्वर्थ त्यालादेखील अखेरीअखेरीला आपल्या सृष्टिविषयक कल्पनांबद्दल व भावनांबद्दल संशय वाटू लागला होता, हे या कवींनी ध्यानात धरावे.' सृष्टीमध्ये वरील सर्पकारिकेतील सर्व गोष्टी आणि त्याहूनही भयंकर असलेल्या आणखी कितीतरी इतर गोष्टी आहेत. आंबोलीच्या आसपासच्या जंगलात फिरताना वाघाची डरकाळी ऐकल्यावर वनश्री पाहण्याकडे कुणाचे लक्ष लागणार नाही हेही काही खोटे नाही. तळ्यातल्या चिखलात रुतलेला मनुष्य त्याच्यात सुंदर कमळे उगवतात असा विचार करून स्वस्थ बसेल काय? गुलाबाचे काटे झाले तरी ते हातातून रक्त काढतातच! पण हे सर्व खरे असूनही सृष्टी सुंदर नाही असे कोण म्हणेल? ढेकणांनी झोपमोड होऊन पिसाळल्यामुळे अंगणात यावे तो जिकडेतिकडे चांदणे गात नाचत असलेले दिसावे! अशा वेळी डोळे मिटून त्या ढेकणांवर सूड घेण्याचा विचार करीत कुणी बसेल काय? शिकारी चित्रकार असला तरी माळ्यावर वाघ उडी मारण्याचा प्रयत्न करीत असताना तो त्याच्या हालचालींकडे काही पाहत बसणार नाही. बंदुकीचे काम आधी, कुंचल्याचे नंतर, हे काय त्याला कुणी शिकवायला हवे? पण घरी आल्यावर त्याची कलादृष्टी जागृत होऊन तो त्या वाघाचे चित्र काढील आणि ते सुंदरही वठेल. ललित लेखक सृष्टीकडे पाहत ते कलादृष्टीने! जीवनाच्या दृष्टीने सृष्टी सुंदर आहे व कुरूपही आहे. पण कला हे काही जीवनाचे नुसते प्रतिबिंब नाही; ते जीवनाचे चित्र आहे.

सृष्टीच्या आनदंदायक सौंदर्याविषयी हा विचार झाला. ती पावन आहे ही कल्पना तिच्या सौंदर्याइतकी काही सामान्य मनुष्याला पटणारी नाही. पण भौगोलिकदृष्ट्या विशिष्ट प्रदेशात राहणाऱ्या लोकांच्या राहणीवर व स्वभावावर जसा तेथील परिस्थितीचा परिणाम होतो त्याप्रमाणे निसर्गाचाही मनुष्याच्या कल्पनेवर होतो. जिथे औषधालासुद्धा झाड मिळायचे नाही, पाणी दिसायचे ते फक्त नळाच्या तोटीतून बाहेर पडताना, मोटारीच्या शिंगांच्या आवाजापुढे पांखरांचा सूर कानी पडतानासुद्धा मारामार, तिथे निसर्ग निष्प्राण आहे आणि सृष्टीची सजीवता निव्वळ कविकल्पना आहे असे वाटणे स्वाभाविक आहे. पण गोमंतकाच्या या निसर्गसुंदर भूमीत तरी ललित लेखकाला सृष्टीपासून दूर पळून जाता येणार नाही. त्याची कल्पना वर भरारी मारताना

माडपोफळीवर थोडा वेळ विसावेलच. त्याचे उचंबळून आलेले हृदय जललहरींचे अनुकरण केल्याशिवाय कधीतरी राहील का? वर्डस्वर्थ सृष्टिपूजक होता याचा अर्थ घरावर पडणारे झाड तोडण्याला त्याने परवानगी दिली नसती असा काही होत नाही. जन्म आणि मृत्यू या दोन्ही गोष्टी नैसर्गिक आहेत म्हणून जन्माचे कौतुक करायचे कुणी सोडून दिले आहे का? सृष्टीतील सौंदर्य व उदात्तत्व हीही अशीच आहेत.

मानवी सौंदर्याचे चित्रण करतानाही हीच शक्ती ललित लेखकाने संपादन केली पाहिजे. शरीराइतकीच मने सुंदर असतात आणि तरुण-तरुणींच्या विभ्रमाप्रमाणेच वृद्धांचे वैराग्यही कलेचे नृत्यांगण होऊ शकते, हे लक्षात घेतले म्हणजे कलावंत लेखकाच्या सौंदर्यचित्रणाचे क्षेत्र किती मोठे आहे हे कळून येईल.

वाल्मीकी व मोपाँसा

सहृदयता हा ललित लेखकाचा दुसरा मोठा गुण; किंबहुना इतर गुणांमध्ये दोन ध्रुवांइतके अंतर असलेले साहित्यिक या गुणात अगदी जवळजवळ बसलेले आढळून येतील. प्राचीन आर्यावर्तातील एकपत्नी रामचंद्राचे आणि पतिव्रता सीतेचे चित्र रेखाटणारा वाल्मीकी ऋषी कुठे आणि एकोणिसाव्या शतकातील फ्रेंच समाजाचे व त्यातील वाममार्गी कामुकाचे चित्रण करणारा मोपाँसा कुठे? पण झाडावर सुखाने बसलेल्या क्रौंच पक्ष्यांच्या जोडप्यातील एकाला पारध्याने बाण मारून खाली पाडलेले पाहताच वाल्मीकींच्या तोंडातून शापवाणी बाहेर पडली –

मा निषाद प्रतिष्ठां त्वं अगमः शाश्वतीः समाः।
यत्क्रौंचमिथुनादेकमवधीः काममोहितम्।।

पुढे रामाने केलेला सीतात्यागसुद्धा ज्याने गंभीर वृत्तीने पाहिला, त्या ऋषीच्या व्याकूळ हृदयाचे हे बोल त्याचे कविहृदय दर्शवीत नाहीत काय? मोपाँसाच्या 'Love' या गोष्टीतही असाच प्रसंग आहे. पाखरांची शिकार करायला दोघे मित्र गेले होते. तिथे—

'I fired and one of them fell almost at my feet. It was a teal, with a silver breast; and then, in the blue space above me, I heard the voice, the voice of a bird. It was short, repeated, heart-rending lament; and the bird, the little animal that had been spared, began to turn round in the blue sky, over our heads, looking at its dead companion, which I was holding in my band. He cried over our heads continually, and continued his cries. Never have any groans of suffering pained me so much as that desolate appeal, as that lamentable reproach of this poor bird, which was lost in space.'

आर्यऋषीच्या शोकाचा झालेला श्लोक व फ्रेंच शिकाऱ्याच्या हृदयातून उचंबळून आलेले हे उद्‌गार किती सारखे वाटतात! मोपाँसाला संस्कृत येत नव्हते म्हणून बरे! नाही तर एवढ्यावरून तो वाङ्मयातला बाबू चश्मेवालासुद्धा ठरायचा!

क्यूप्रिन व ब्रिओ

ललित लेखकाला विशिष्ट दृष्टिकोन हवा म्हटले की कित्येकांना काव्यात भूमिती घुसडविल्यासारखी वाटते. पण कला सहेतुक असावी की असू नये, अश्लीलता, नवनीती विरुद्ध पुराणनीती इत्यादी वादळी वाद या एकाच बिंदूभोवती नाचत आहेत, असे म्हटले तरी चालेल. कोकणात दोन रुपयांच्या चिंचेच्या झाडाचा मालकीहक्क ठरविण्याकरिता हायकोर्टापर्यंत जाणारे व आंबट तोंड करून परत येणारे वादी-प्रतिवादी नाहीत का? मराठी वाङ्मयातील भांडणेही अशाच प्रकारची वाटतात. ठरावीक पद्धतीच्या खंडनमंडनापेक्षा दोन उत्कृष्ट उदाहरणेच याबाबतीत अधिक उपयुक्त होतील. प्रख्यात रशियन लेखक क्यूप्रिन याची वेश्याजीवनावरील 'यामा' ही कादंबरी अगर सुप्रसिद्ध फ्रेंच नाटककार ब्रिओ याचे उपदंशासारख्या रोगावरील 'Damaged Goods' हे नाटक वाचले की या प्रश्नावर पुष्कळ प्रकाश पडतो. दोघाही लेखकांनी आपले विषय निवडले ते निव्वळ क्षोभ उत्पन्न करून आपली पुस्तके खपावीत म्हणून नव्हे. कळवळून आणि तळतळून लिहिलेले लेखन कोणते हे वाचकाला सहज कळू शकते. दोघेही हाडाचे समाजसुधारक आहेत. अनीतीच्या गर्तेत, अध:पाताच्या चिखलात रुतून पडलेल्या निरपराधी तरुणीची चित्रे रेखाटायला अंत:करण किती हळुवार असायला पाहिजे? उपदंशाच्या रोगाचे सामाजिक दुष्परिणाम सुंदर रीतीने पटवून देणे किती नाजूकपणाचे व कौशल्याचे काम आहे! पण क्यूप्रिन व ब्रिओ यांना त्यात यश मिळाले याचे कारण त्यांचा वैयक्तिक दृष्टिकोन निश्चित झाला होता हे होय. ते ललित लेखक आहेत. पण केवळ विकारवश होऊन लिहिणारे, सामान्य वाचकांच्या भडक भावनांना उत्तेजित करून लोकप्रियता मिळविणारे अगर बाजारात मालाला मागणी आहे म्हणून तो पुरविणारे धंदेवाईक लेखक ते नाहीत! बुद्धिवादाच्या भूमिकेवर उभे राहून, सूक्ष्म दृष्टीने समाजाचे निरीक्षण करून, समाजाच्या मार्गदर्शनाची जबाबदारी आपल्यावर आहे हे जाणून सौंदर्य व सत्य यांचे सुरस संमिश्रण करणारे ते शब्दसृष्टीचे ईश्वर आहेत. क्यूप्रिनच्या कादंबरीत वेश्यागृहांची, वेश्यांची, त्यांच्या शयनमंदिरांची फार काय त्या शयनमंदिरात पाऊल टाकून वेश्येशी प्रणयचेष्टा व विलास करणाऱ्या तरुणांची सूक्ष्म चित्रे आहेत. पण या चित्रांमुळे वाचकांचे मन क्षणभरसुद्धा विकारवश होत नाही. उलट त्याला विचाराचे धक्के मिळत असतात. याचे कारण क्यूप्रिनचा स्वत:चा प्रभावी व उदात्त असा दृष्टिकोन हेच आहे. कादंबरीच्या शेवटी तो म्हणतो -

'What is your plan to avert than sexual hunger which, with such force, possesses mating men?'

I answered as best as I could—

'Coarse bed linen: a hard couch: a blanket neither thick nor over heating: a rigorously ventilated cool bed chamber. A sleep sound, not too prolonged and an early awakening; cold tubs or showers; food simple and unsophisticated with high seasonings; good literature with manly heroic works for choice; a very great deal of work and play in the open air; Co-education of boys and girls. Finally an early marriage at twentyfive, say. For, after all, respectable girls do endure it until that age.'

या उताऱ्यात व्यक्त झालेली विचारसरणी पंडित सातवळेकरांच्या पुरुषार्थातून क्यूप्रिनने घेतलेली नाही, हे आमच्याकडील काही नवनीतिवाद्यांच्या समाधानार्थ नमूद करणे जरूर आहे.

क्यूप्रिन व ब्रिओ यांच्या या ललितकृती कलेच्या दृष्टीने सर्वस्वी निर्दोष आहेत असे माझे म्हणणे नाही. पण त्यांच्यात व्यक्त झालेले वैयक्तिक दृष्टिकोन व सूक्ष्म निरीक्षण हे गुण आजच्या मराठी लेखकांना निःसंशय अनुकरणीय वाटतील. ललित वाङ्मय सहेतुक असावे याचा अर्थ त्यातील विषयाचे अक्कड कडवे पुनःपुन्हा घोळून म्हणावे असा मुळीच नाही. प्रवासाला निघालेला मनुष्य आपल्या तिकिटाकडेच सारखा पाहत बसला तर मार्गावरील सौंदर्याला पारखे होण्याचा मूर्खपणा केला असे आपण म्हणूच की नाही? पण प्रवासाला निघालेल्या मनुष्याचे इष्ट स्थान जसे निश्चित असते, तसे ललितकृतीतही हेतूचे अदृश्य सूत्र असण्यात गैर असे काय आहे? समाजाच्या बाल्यावस्थेत ललितकृती हेतुशून्य असू शकतील; पण जो-जो मानवी मनाची प्रगती होत जाते तो-तो समाज अधिक बुद्धिवादी होतो. अशा बुद्धिवादी समाजाला निर्हेतुक कलाकृतीने मोहिनी पडायला तिच्यातली कला खरोखरच अलौकिक असायला पाहिजे. गायनासारख्या कलांची लेखनकलेशी तुलना करून हा मुद्दा अनेकदा लढविला जातो. पण गायनात 'नादिर दिरदा' सारख्या अक्षरांनी भरलेल्या तराण्याने करमणूक होते, म्हणून तशीच अक्षरे लेखनात जुळविली तर वाचक क्षणभर तरी गप्प बसतील काय?

कलाचातुरी

रचनाचातुर्याला तंत्र हा शब्द मराठीत रूढ झाल्यापासून अनेकांवर मंत्रतंत्राचा प्रयोग झाल्याचा भास होत आहे. तंत्र म्हणजे एक नवे थोतांड आहे असे त्यांचे

म्हणणे! गाणारा कितीही उत्तम असला तरी तबल्याची साथ त्याला उपकारक होते हे ध्यानात घ्यायलाच हे लोक तयार नसतात. भैरवी झाली की गाणे संपले ही गोष्ट सामान्य श्रोत्यालासुद्धा ठाऊक असते. पण 'तंत्र, तंत्र! सूड, सूड!' म्हणून ओरडणारे हे श्रोते जर एखाद्या मैफलीला मिळाले तर भैरवीनंतर अडाणा ऐकण्याचाही ते हट्ट धरून बसायचे! रचनाचातुरी ही टापटिपीच्या पोशाखासारखी आहे! प्रसंगी सामान्य लेखनाला ती आपल्या कुशलतेने सुंदर बनवीलही! पण अपवादात्मक अनुभव सोडून दिले तरी ललित लेखकाच्या इतर गुणांना तिच्यामुळे आकर्षक स्वरूप प्राप्त होते यात संशय नाही.

रस्ता बंद आहे

या विधायक कार्यक्रमाप्रमाणे थोडेसे विनाशक काम केल्याखेरीज ललित लेखकाची कृती निर्दोष होऊ शकत नाही. ललित लेखनाचा विस्तार कशामुळेही होवो; त्याचे मूळ आत्मव्यक्तीच्या उत्कट इच्छेतच असावे. मूल चालू लागते तेव्हा त्याने पांगुळगाड्याचा आधार घेतला तर तो शोभून दिसतो. पण मोठेपणी ते दृश्य हास्यास्पद नाही का वाटणार? अंध अनुकरण हा होतकरू ललित लेखकाच्या मार्गातला मोठाच खड्डा असतो. केशवसुतांनी तुतारी फुंकली ती खऱ्याखुऱ्या आवेशाने. पण तिचे सूर ऐकून ज्यांनी स्वस्थपणाने निरनिराळी वाद्ये वाजविली त्यांचे सूर लोकांच्या अंत:करणाला जाऊन भिडले नाहीत तर त्यात दोष कुणाचा? तुतारीनंतर डंके, नौबती, कर्णे वगैरे सर्व वाद्ये खलास झाल्यामुळे आजच्या विडंबनयुगातील एखादा कवी असेही म्हणेल—

'एक फुंकणी द्या मज आणुनि
फुंकिन मी जी स्वप्राणाने
टाकिन भेदुनि चूल सोधणे
दीर्घ जिच्या त्या किंकाळीने
अशी फुंकणी द्या मज आणुनि।।'

कथावाङ्मयातही प्रेमभंग, वेश्यांच्या उद्धाराची तळमळ वगैरे अनेक विषय असेच हाताळून हास्यास्पद करून ठेवलेले आढळतील. गोमंतकीय लेखकांना मुंबईबाहेरील महाराष्ट्रीय समाजाचे अनुभवही असण्याचा संभव कमीच! अशा वेळी लोकप्रिय महाराष्ट्रीय लेखकांचे अनुकरण करण्याचा मोह होणे कितीही स्वाभाविक असले तरी त्यांनी तो दूर झुगारून दिला पाहिजे. प्रेमवाङ्मय वाचून मुली परधर्मीय पुरुषांशी लग्न करतात असे सांगणाऱ्या पुराण-पुरुषांचे तोंड पुराणांनीच बंद करता येईल. पण प्रेमगीते अगर प्रेमकथा खपतात म्हणून लिहायच्या यात काय अर्थ

आहे? कृत्रिम रंगापेक्षा जिव्हाळ्याच्या अनुभवांनी दिलेले रंगच पक्के असतात. आजच्या गोमंतकाच्या समाजात जो प्रणय जनात दिसत असेल अगर मनात वसत असेल, त्याचे अवश्य चित्रण होऊ द्या. पण त्या चित्रणात अतिरंजन असू नये. गरिबांविषयी कळवळा वाटणे हा काही ललित लेखकाचा दोष नव्हे. पण वरेरकरांसारख्या पहिल्या दर्जाच्या लेखकाने, 'नर्स' या गोष्टीत परीक्षकाने एका बालविधवेपाशी परीक्षेत पास करण्याकरिता शीलाचा मोबदला मागितला व तिने तो न दिल्यामुळे तिला आत्महत्या करावी लागली असे दाखविले आहे. खरोखरच अशी एखादी गोष्ट घडलीही असेल; पण ती अशी मांडण्यात कला कुठे आहे? सारेच परीक्षक असे असतात काय? ते तसे असल्यास असल्या करुणकथा टाळाव्यात म्हणून उपाय काय करायचे? पूर्वी राजाच्या अंत:पुरावर कंचुकी नेमीत असत तशी तर परीक्षकांची निवड करायची नाही? सर्वस्पर्शित्व हा कलेचा महत्त्वाचा गुण असतो हे वरेरकर विसरले आणि त्यामुळे कुठेतरी ऐकलेली गोष्ट जशीच्या तशी लिहून गेले. व्यक्तीच्या दृष्टीने एखादी कथा सत्य असेल, पण कलेची सत्याची कसोटी इतकी कडक असते की तिच्या दृष्टीने ती असत्य ठरल्यावाचून राहणार नाही.

या सर्व खड्ड्यांकडे जाणाऱ्या रस्त्यांवर पाऊल टाकण्याचे गोमंतकीय लेखकांना कारणच नाही. त्यांचा मार्ग स्वतंत्र आहे. त्यांची सृष्टी, त्यांचा समाज, त्यांचे अनुभव हे महाराष्ट्रापेक्षा भिन्न असल्यामुळे कलागुणांची उपासना करून ते जिव्हाळ्याने आत्मव्यक्ती करतील तर त्यांचे वाङ्मय प्रादेशिक म्हणूनच नव्हे, तर संपन्न म्हणून महाराष्ट्रात मान्यता पावेल.

वाङ्मयातील जिवबादादा

शिक्षण ही सरस्वतीची पूजामूर्ती म्हटली तर साहित्य ही उत्सवमूर्ती आहे. या दोन्ही मूर्तींच्या पूजनाकरिता गोमंतकीय बांधव वर्षानुवर्षे जो त्याग करीत आले आहेत त्याची जाणीव महाराष्ट्राला पूर्णपणे झाली आहे. ऐतिहासिक कालात गोमंतकातील जिवबादादा बक्षींनी ग्वाल्हेरसारख्या ठिकाणी जाऊन अभूतपूर्व पराक्रम केला. आज ना उद्या गोमंतकाच्या वाङ्मयसेवकांतील श्रेष्ठ कलावंत महाराष्ट्र साहित्य संमेलनाचा अध्यक्ष होऊन ती परंपरा चालू ठेवील यात मला तरी संशय वाटत नाही. तो दिवस लवकर उगवो, अशी शुभेच्छा प्रगट करून गोमंतक हें केवळ सृष्टिसौंदर्याच्याच नव्हे, तर साहित्यसौंदर्याच्या दृष्टीनेही महाराष्ट्राचे नंदनवन होवो, असे आपल्या वतीने मी सरस्वतीपाशी मागणे मागतो.

◆

शारदोपासक संमेलन
अधिवेशन चौथे
जून १९३५

शारदोपासकांचे या वेळी भरणारे संमेलन म्हणजे शारदेची वसंत-पूजाच होय. ज्याच्या वक्तृत्वात कोकिलेचे माधुर्य अगर ज्याच्या लिखाणात आम्रफलांची रसवंती असेल त्यांच्याकडेच अशा पूजेचे पुढारीपण असणे अधिक इष्ट. सुवासिक वसंत व्याख्यानमालेच्या रूपाने शारदेची जिथे पूजा केली जाते तिथे तिला दाखवावयाचा नैवेद्यही तितकाच चांगला असावयास नको का? वसंतकाल हा टांगेवाला, आचारी आणि कवी यांच्या भावांना बरकत आणतो असे म्हणतात. पण माझ्यासारख्या गद्य मनुष्याला त्याचा काय उपयोग? तथापि अमसुलाचे सार उसाच्या रसाइतके गोड मानून घेण्याचे औदार्य आपणांमध्ये आहे हे उघड उघड दिसत असल्यामुळेच मी आपण दिलेल्या स्थानाचा कृतज्ञतापूर्वक स्वीकार करीत आहे.

आपले पुणे

मी स्वत: कोणत्याही अर्थाने पुणेकर नाही; पण पुण्याविषयी मला नेहमीच आदर वाटतो. पुणे हे महाराष्ट्राचे माहेरघर आहे असे मी म्हटले, तर लगेच 'छे: छे:! तिथं साऱ्या महाराष्ट्राला सासुरवास भोगावा लागतो,' असे उद्‌गार काढणारे तीर्थस्वरूप वाङ्मयसेवक मला ठाऊक आहेत. पुणे हे महाराष्ट्राचे काळीज आहे असे म्हणावे तर 'कबूल! पण ते उलटे आहे!' अशी कोटीही कदाचित त्यांना सुचायची! पण

पुण्यपुरीगंडाने ग्रस्त झालेल्या लोकांनाही पुण्याचे वैचित्र्य मनोरंजक वाटेल यात संशय नाही. विनोदानेच बोलायचे तर सोट्या म्हसोबा, पत्र्या मारुती, खुन्या मुरलीधर इत्यादी विविध व विलक्षण पदव्या धारण करणारे देव दुसऱ्या कुठल्या तरी गावात सापडतील का? इथे अग्निहोत्र मंदिराप्रमाणे बंड गार्डन आहे आणि यंग सोशालिस्ट लीगच्या जोडीला पेन्शनरांचे विश्राममंडळही आहे! टिळक स्मारक मंदिराइतकाच श्रोतृवर्गांचे स्वागत करण्याला उत्सुक असा गोखले हॉलही येथे आढळतो. मोटारी व टांगे, संध्याकाळी देवदर्शनाला जाणाऱ्या प्रौढ स्त्रिया आणि फिरायला जाणाऱ्या तरुणी, विटीदांडू व टेनिस, आंबे आणि अंजीर यांच्यापैकी कुणाचे प्रमाण येथे अधिक आहे हे सांगायला आकडेशास्त्रज्ञच हवा. सहज मौजेने उल्लेख केलेल्या या गोष्टींपेक्षा पुण्याचे महत्त्व सिद्ध करणाऱ्या अनेक गोष्टींचा नामनिर्देश करणे शक्य आहे. पण या संमेलनाच्या निमित्ताने एक आणा किमतीचे पुणेवर्णन लिहिणे योग्य होणार नाही. शिवाय पर्वताच्या शिखराप्रमाणे मोठ्या गोष्टी दुरूनही दिसतात; त्या काही मुद्दाम दाखवाव्या लागत नाहीत.

पुण्यातल्या नुसत्या संस्थांची नामावली वाचली, तरी या शहराची सर्वसंग्राहकता लक्षात येते. काही प्रदेशात विशिष्ट झाडेच वाढतात; काहीत सर्व तऱ्हांच्या वृक्षवेलींचा विकास होतो. पुण्याची भूमी ही दुसऱ्या तऱ्हेची आहे. महाराष्ट्रातले सर्व विचारप्रवाह इथे एकत्रित झालेले दिसतात. या विविध प्रवाहांच्या संगमाचा जसा एक फायदा तसा एक तोटाही असतोच. शेकडो गोड नद्यांनी आपले पाणी ओतले तरी समुद्र खारटच राहायचा! विविधता व व्यापकता यामुळे विशिष्ट विचारसरणीची उत्कटता प्रसंगविशेषी येथे आढळत नाही यात नवल नाही! समुद्राच्या जलविस्ताराचा उपयोग पिण्याकरिता करायचा नसतो, तर दळणवळणाकरिता! ते पाणी प्यायचेच असले तर ते आकाशात जाऊन गोड होऊन यायची वाट तरी पाहायला पाहिजे!

पुण्याविरुद्ध घेण्यात येणारा मुख्य आक्षेप म्हटला म्हणजे, बाहेरच्या महाराष्ट्राविषयीची उपेक्षाबुद्धी हा होय. पुणेरी लेखकाच्या सामान्य पुस्तकावर त्वरित अभिप्राय यावा, पण बाहेरचे पुस्तक मात्र संपादकाच्या टेबलावर (किंवा कुणाच्या तरी घरी) लोळत पडलेले असावे असे अनुभव कुणालाच आले नसतील, असे मी म्हणत नाही. पण एक तर स्थानिक लेखकाला सत्याग्रह करण्याची संधी सहज मिळते. संपादक कुठेही सापडले तरी 'अभिप्राय केव्हा देणार' या महाकाळीचा भडिमार तो त्यांच्यावर करू शकतो. बाहेरच्या लेखकाने तसे करायचे मनात आणले तर प्रवासाच्या खर्चातच त्याला मिळालेला लेखनाचा मोबदला खलास व्हावयाचा. बाहेरच्या लेखकांच्या बाबतीत विशेष अगत्य दर्शवून हे वैगुण्य पुण्यातील नियतकालिकांना सहज दूर करता येण्याजोगे आहे. उभयपक्षी दळणवळण व स्नेहसंबंध वाढले म्हणजे गैरसमजाची कारणे आपोआपच दूर होतात. 'हजीर तो वजीर' या न्यायाने

परक्यांचा डोळ्यांवर येणारा पक्षपात काही वेळा इथे नकळत घडत असेल; पण तो दूर करण्याचा उपाय म्हणजे इतरांनी आपले राजेपण पटवून घेणे हाच आहे. शिवाय स्थानमाहात्म्यामुळे काही गोष्टींत फरक पडायचाच! पर्वतशिखरावर भर दुपारी वाहणारा गार वारा त्याच वेळी सपाट भूमिभागाला कुठून मिळणार? सकारण व अकारण उत्पन्न होणारी ही विषमतेची भावना येथे शारदोपासक संमेलन प्रतिवर्षी भरत राहील तर बरीचशी कमी होईल, असे वाटते. गैरसमजाच्या जंतूंचा नाश वेळेवर झाला नाही, तर ते भयंकर साथ उत्पन्न करतात. अशा साथीला आळा घालणे हे येथील वाङ्मयसंस्थांचे कर्तव्यच ठरते. त्या दृष्टीने मध्यंतरी खंडित झालेला शारदोपासक संमेलनाचा हा कार्यक्रम आपणा सर्वांना स्वागतार्ह वाटेल अशी आशा आहे.

नवे युग, नवी शारदा

आपण सर्व शारदेचे उपासक आहोत हे उघडच आहे; पण ज्या शारदेची आपण भक्तिभावाने पूजा करतो ती कुठली? तिचे स्वरूप अलीकडे फार झपाट्याने बदलत असल्यामुळे नीती अगर एकादशी यांच्याप्रमाणे शारदादेवीचेही एक जुने व एक नवे अशी दोन रूपे होतात की काय, अशी कित्येकांना भीती वाटू लागली आहे. पूर्वीची शारदा 'या कुन्देन्दुतुषारहारधवला या शुभ्रवस्त्रावृता' अशी होती. पण हल्ली ती काळवेळ पाहून आणि रंगसंगती पाळून दिवसातून चार प्रकारची पातळे परिधान करू लागली आहे. हातातली वीणा तर तिने कधीच टाकून दिली. कालमानानुसार तिला ती पेलतही नसेल! आता तिच्या हातात अलगुज अगर फाउंटनपेनच शोभते. पांढऱ्या कमळातली तिची बैठक तर कधीच जुनी झाली. आता ती मखमलीच्या कापडाने आच्छादिलेल्या आरामखुर्चीत बसलेली दिसते. पूर्वी ब्रह्मा-विष्णू-महेश तिला वंदन करीत असत. पण हल्ली ती वाटेल त्या तरुणाबरोबर आनंदाने हस्तांदोलन करताना आढळते. 'नि:शेषजाड्या पहा' हे एकच जुने विशेषण काय ते या नव्या शारदेला लागू पडेल. पण ती जाड्य नाहीसे करते ते बहुधा शरीराचे, मनाचे नाही.

शारदेच्या नव्या स्वरूपाविषयी असा तक्रारअर्ज करणारांना विनोदाने कुणीही विचारील, 'काय हो? शारदेच्या बदल्यात वेशावरच तुमचा एवढा कटाक्ष का? तिचे पतिराज तरी कुठे जुन्या परंपरेला चिकटून राहिले आहेत? गणेशोत्सवातल्या गणपतीच्या विविध मूर्तीकडे पाहा. ज्या मूर्तीच्या साक्षीने स्वदेशी वस्तू वापरण्याचा उपदेश केला जातो, ती मूर्तीच परदेशी सायकलवर बसलेली आढळते. चहातले टॅनिन अगर तंबाखूतले निकोटीन किती घातक असते हे त्या बुद्धिदात्या देवाला कळत नाही, असे कसे म्हणावे? पण तो पुष्कळदा चहाचा पेला अगर सिगारेट

तोंडाला लावीत असलेला दिसतो. वेषभूषेच्या नव्या हौशी, पुरुषांपेक्षा बायकांतच अधिक पसरायच्या! जिथे गणपतीची ही स्थिती झाली आहे; तिथे शारदेचे स्वरूप बदलले म्हणून तक्रार करण्यात काय अर्थ आहे?

मराठीचे मावळते युग

शारदेच्या स्वरूपात होणाऱ्या स्थित्यंतराचे समर्थन विनोदाइतकेच गंभीरपणाने करता येईल. साठ वर्षांचे चक्र फिरले की नवयुगाला सुरुवात होते असे म्हणतात. मराठी वाङ्मयातील चिपळूणकर-आगरकर युगाचा जन्म १८७४मध्ये झाला. १८७४ पासून १९३४ पर्यंतच्या या कालाचे वीस वीस वर्षांचे तीन खंड पडतात. पहिला भाग १८७४-९४चा; या काळात महाराष्ट्रात राजकीय व सामाजिक विचाराचे नवे वारे वाहू लागले. मराठी भाषेचे आकर्षक पण गंभीर असे नवे स्वरूपही याच काळात तयार झाले. आगरकरांचा मृत्यू व आपटे- राजवाडे- परांजपे- कोल्हटकर- खाडिलकर- केळकर इत्यादिकांचा उदय हीच पहिल्या व दुसऱ्या विभागातील सीमारेषा होय. १८९४ ते १९१४च्या दुसऱ्या कालखंडात भाषेला विविध कल्पकतेची जोड मिळून तिचा नवनव्या क्षेत्रात रमणीय संचार झाला. पण या काळातील राजकीय व सामाजिक प्रगतीचे विचार मागच्या कालखंडापेक्षा फारसे भिन्न नव्हते. या कालखंडाच्या शेवटी निर्माण झालेला 'गीतारहस्य' ग्रंथ पाहिला की, 'भांडे नवे, पण पेय जुने' अशीच त्या वेळची स्थिती होती, असे दिसून येईल. १९१४ ते १९३४ या विभागाला जागतिक दृष्टीने पाहायचे तर महायुद्धाने व मराठी वाङ्मयाच्या दृष्टीने बोलायचे तर गडकरी, वामनराव जोशी, वरेरकर वगैरेंच्या उदयाने सुरुवात झाली. भाषेला लालित्याची व रचनेला विविधतेची जोड या कालखंडात मिळाली. या वेळी पहिल्या कालखंडातील विचार आचारात येऊन गेले होते. त्यामुळे समाजाचे स्वरूप बदलून नवे कूटप्रश्न उत्पन्न झाले. त्यातच महायुद्धानंतर घडलेल्या जागतिक घडामोडींचे प्रतिध्वनी ऐकू येऊ लागले. केवळ वाङ्मयीन दृष्टीने पाहिले तरी शेक्स्पिअर, मोलिअर, डिकेन्स, स्कॉट, वर्डस्वर्थ, शेले हे जुने आदर्श बाजूला सारून इब्सेन, शॉ, गॅल्सवर्दी, वेल्स, हार्डी इत्यादी नवे आदर्श पुढे घेण्याची प्रवृत्ती या काळात बळावली. या नवीन ग्रंथकारांपैकी बहुतेक कलावंत असून विचारवंतही असल्यामुळे या कालखंडात पूर्वीच्या दृढमूल विचारसरणीला नवनवे धक्के बसू लागले. राजकारणात जुन्या मार्गाने मिळवावयाच्या स्वराज्याला समाजवादाचा शह मिळाला, तर सामाजिक बाबतीतील नीतीचा बालेकिल्ला जो स्त्री-पुरुष प्रेम त्याच्यावर फ्रॉइडच्या अंतर्मनाच्या संशोधनाने निराळ्याच दिशेने मोर्चे चढविले. वाङ्मय निर्माण करणारा पांढरपेशा वर्ग पहिल्या दोन कालखंडात सुस्थितीत असल्यामुळे कल्पनारम्यतेत त्याला आनंद वाटला हे स्वाभाविकच होते; पण तिसऱ्या कालखंडाच्या उत्तरार्धात

या वर्गाची आरामखुर्ची मोडून गेल्यामुळे त्याला मिळेल तसल्या ओल्या कोरड्या जमिनीवर बसण्याची पाळी आली. या डळमळत्या परिस्थितीत स्वत:च्या दोन हातांनाच जिथे कशाचा आधार नाही, तिथे दोन हातांचे चार हात करून घेण्याचा तरुणांना धीर होणार तरी कसा? १८७४ पासून १९३४ पर्यंतच्या साठ वर्षांतील तीन कालखंडांत विचार, कल्पना व कला यांचे नावीन्य अनुक्रमाने मराठीत आले. आता पुन्हा विचाराचे चक्र जोराने सुरू झाले आहे व त्याच्या अनपेक्षितपणामुळेच शारदादेवी केस कापून हातात रॅकेट घेऊन सायकलवरून टेनिस खेळायला जात असल्याचा भास अनेकांना होत आहे.

कल्पनारम्यतेचा पगडा

पण खरे सांगायचे तर तो अजून भासच आहे. मराठी वाङ्मय अजून कल्पनारम्यतेच्या आसपासच घुटमळत आहे. वादळी समुद्राकडे पाठ फिरवून मृगजळाची शोभा पाहण्यातच ते बहुधा गुंग झालेले दिसते. आपल्यातील अग्रगण्य लेखकांच्या अगदी कालपरवाच्या ललितकृती पाहाव्यात. त्यातले कितीतरी समरप्रसंग नाटकी वाटतात. रक्ताची किंमत तांबड्या शाईहून अधिक न मानणाऱ्या कृती वाचकांचे रक्त उचंबळवू शकत नाहीत यात अस्वाभाविक असे काय आहे? हिंदू-मुसलमानांच्या संबंधांवर लिहिलेली, प्रख्यात कलावंत कादंबरीकार प्रो. फडके यांची 'अटकेपार' कादंबरीच घ्या. अटकेपार जाण्याकरिता आधी अटकेपर्यंत जावे लागते याची जाणीव ती वाचून क्षणभर तरी होते का? हिंदू-मुसलमानांच्या वादाचा निकाल या भिन्नधर्मीय नायक-नायिकांच्या लग्नांनी लागण्यासारखा असता, तर कितीतरी बरे झाले असते! या कादंबरीतली नायिका मीनाक्षी हिला तर मारून मुटकून मुसलमान बनविलेली दिसते. पुढे तिचे एका हिंदू तरुणावर प्रेम जडणार आहे हे कादंबरीकाराला ठाऊक असल्यामुळे त्याने लहानपणापासून तिला मांसनिवृत्त ठेवण्याची दक्षताही बाळगली आहे. पण या दक्षतेचा तरी लग्नाच्या कामी कुठे उपयोग होतो? आयत्या वेळी नायकाला तार आणि नायिकेला ताप येऊन कादंबरी दु:खान्तच होते. या दोन विरोधी समाजांच्या संघर्षणाच्या ठिणग्या सबंध कादंबरीत कुठेच आढळत नाहीत. उलट सुगंधाने दरवळलेल्या प्रणयपुष्पांचा सडा मात्र पडलेला दिसतो! अधिक जवळून पाहिले, तर अनेकदा यातील सुगंध अत्तराचा आणि फुले कागदी आहेत, असा अनुभव येतो. नायक सुधीर व नायिका मीनाक्षी यांच्या भेटीचे सर्व प्रसंग एकामागून एक मांडले म्हणजे आपण विसाव्या शतकातील हिंदुस्थानात नसून थिऑसफी हा राष्ट्रधर्म मानणाऱ्या एखाद्या देशात अगर हरून-अल्-रशीदच्या बगदाद शहरात आहोत असे एखाद्याला वाटले तर त्यात त्याची चूक कसली?

दुसरे उदाहरण सध्याचे श्रेष्ठ नाटककार वरेरकर यांच्या कृतीचे. गेल्या तीन

वर्षांत त्यांची 'सोन्याचा कळस' व 'स्वयंसेवक' ही सामाजिक नाटके रंगभूमीवर आली. 'सोन्याच्या कळसा'चा विषय म्हणजे साऱ्या जगाला सध्या महत्त्वाचा वाटणारा प्रश्न. भांडवलवाले, गिरणीमालक व कामकरी मजूर यांच्यातला लढा मिटविण्याकरिता वरेरकरांनी अगदी सोपी युक्ती शोधून काढली आहे. ती म्हणजे गिरणीमालकाच्या मुलाने वेषांतर करून मजूर व्हायचे; मजुराचे पुढारीपण पत्करायचे आणि संपाच्या वेळी गोळीबाराचा प्रसंग आला की कामगारांचा पुढारी झालेल्या या मुलाला पाहून बापाने माघार घ्यायची! यांपैकी कुठली गोष्ट अधिक अशक्य आहे हे ठरविण्याकरिता कमिटी नेमण्याची पाळी खास येणार नाही. गुजराथी गिरणीमालकाचा दररोज घी-शक्कर खाणारा मुलगा गिरणीत संप होण्याच्या आधी मजुरांच्या चाळीतील कांदा-भाकरीला कंटाळूनच घरी परत येण्याचा संभव अधिक. आरामखुर्चीत पडून कादंबऱ्या वाचण्यापलीकडे अधिक श्रमाची कामे ज्याने केली नसतील, त्याला गिरणीतले कष्टाचे आयुष्य दोन दिवसांपेक्षा अधिक काळ कंठणे शक्य आहे काय? या नाटकात पहिल्या अंकाच्या शेवटी नायक मूळ रूपात नायिकेला भेटून जातो त्या वेळी काश्मीरची हवा मानवल्याइतकी त्याची प्रकृती इतरांना चांगली दिसते. गिरणीतले आयुष्य जर इतके सुखाचे असेल, तर मग ते बदलण्याची धडपड तरी कशाला हवी?

'स्वयंसेवक' नाटकातही हाच प्रकार आढळतो. त्याचा विषय सावकाराकडून होणारी गरिबाची नाडणूक व पिळणूक; पण त्याला स्वरूप दिले आहे गुलामगिरीचे. या नाटकातील कॉलेजात जाणारा नायक, वाचण्याकरिता पुस्तके मागून नेल्याने स्वाभिमान नाहीसा होतो, म्हणून ती चोरून नेतो. पण इतक्या अभिनव विचारांचा हा तरुण बापाने गुलाम म्हणून विकताच मुकाट्याने सावकाराच्या घरी जातो. जणू काही हरिश्चंद्र व रामचंद्र यांनी पुरून ठेविलेले पूर्ण सत्य यालाच सापडले होते! पुढे पिस्तुलाचा प्रताप, नायकावर आलेला खोटा आरोप, त्याचा तुरुंगवास, त्या तुरुंगातून त्याला सोडविणारा कृतज्ञ शिपाई, ही प्रसंगांची मालिका पाहून आपण सामाजिक कल्हई काढलेले एखादे ऐतिहासिक भांडे तर पाहत नाहीना अशीही एखाद्याला शंका यायची.

केळकरांची 'नवलपूरचा संस्थानिक', वामनराव जोश्यांची 'इंदु काळे व सरला भोळे' आणि अत्र्यांचे 'घराबाहेर' हे नाटक या ललितकृती घेतल्या तरी जुन्या व नव्या पिढीत एकाच गोष्टीची उणीव दिसून येते, ती म्हणजे सत्याच्या सूर्याकडे डोळे न दिपू देता सतत पाहण्याची शक्ती होय. केळकरांच्या कादंबरीतील दिवाणापासून कॉम्रेड डंखीपर्यंतची पात्रे प्रातिनिधिक स्वरूपाची नसली तरी ती त्यांना कुठे ना कुठे तरी दिसली असतील. पण त्यांचा नवलपूरचा संस्थानिक? हिंदुस्थानातील साऱ्या संस्थानिकांचे सद्‌गुण एकत्रित केले तरी कादंबरीतील नवलरायाचे पारडेच जड

झाल्याशिवाय राहणार नाही. असा सर्वगुणसंपन्न संस्थानिक निर्माण करण्यात एक उच्च आदर्श लोकांपुढे ठेवण्याचा त्यांचा उद्देश असावा. पण आदर्श म्हटला तरी त्याच्या गुणधर्मांना काही मर्यादा आहेच की नाही? आरशात शरीराप्रमाणे मनाचे प्रतिबिंब दाखविण्याची शक्ती आहे असे कोणी म्हटले, तर त्यावर विश्वास कोण ठेवील? शिवाय या आदर्शाचा काय उपयोग? सामान्य वाचकांना काही संस्थानिक व्हायचे नसते आणि संस्थानिकांना विविध उद्योगांपुढे कादंबऱ्या वाचायला फुरसद तरी कुठे असते?

'घराबाहेर' नाटकातला विषय अगदी आधुनिक असूनही त्याचे चित्रण लुटुपुटूच्या लढाईसारखे वाटते. दहा वर्षांपर्यंत ज्या नवऱ्याला निर्मलेच्या जाचणुकीची कल्पना आली नाही; त्याच्याकडे ती शेवटी परत जाते, याचे कारण 'मम निर्मला, अति निर्मला' हे पद तो म्हणतो, यापेक्षा दुसरे काही दिसत नाही. नाटककाराला शेवटी आनंदी आनंद करायचा होता म्हणून त्याने भय्यासाहेबासारख्या पापाने हात धुतलेल्या माणसाचे घर निर्मलेच्या वाटेत उभे केले. पण जर दुसऱ्या एखाद्या सालस माणसाच्या सहवासात राहण्याची संधी तिला मिळाली असती आणि त्याच्या निर्मळ व निर्हेतुक प्रेमाचा आसरा तिला लाभला असता, तर नवऱ्याचा पांगुळगाडा हातात घेऊन आयुष्याचे मार्गक्रमण करायला ती तयार झाली असती का?

श्री. वामनरावजींची 'इंदु काळे व सरला भोळे' हा तर आजकालचा इतिहास आहे हे तिच्यातील पत्रांच्या तारखांवरूनदेखील दिसून येईल. या कादंबरीत लेखकाने उपस्थित केलेले अनेक प्रश्न इतके कठीण आहेत की, हा पेपर सोडविण्यातच समाजची पाच-दहा वर्षे जातील. पण कितीही मोकळेपणाने लिहावयाचे आणि यथार्थतेने चित्रण करायचे म्हटले तरी मराठी वाङ्मयावर कल्पनारम्यतेची छाया येतेच येते. या कादंबरीतील इंदुला असेच गालबोट लागले आहे. बिंदुमाधव हे पात्र निर्माण करून ग्रंथकर्त्याने ते लावले आहे असे मी म्हणत नाही; पण इंदूला एकीकडून अंधकलासक्त व दुसरीकडून परंपरागत नीतीची भक्त दाखविताना या कातरीत स्वाभाविकतेच्या मात्र चिंधड्या उडालेल्या आहेत.

केळकर, जोशी, वरेरकर, फडके, अत्रे वगैरे आजच्या अग्रेसर व लोकप्रिय लेखकांच्या अगदी अलीकडच्या कृतीतदेखील कल्पनारम्यतेचे धुके थोड्या फार प्रमाणात पसरलेले दिसावे, याचे कारण काय? तीस वर्षांपूर्वीच्या कोल्हटकरांच्या अगर वीस वर्षांपूर्वीच्या उदयकाली ते शोभून गेले. कोल्हटकरांच्या 'गुप्त मंजूषा'तली राणी स्वप्नावर विश्वास ठेवून सहा वर्षे नवऱ्यापासून दूर राहते व त्या काळात मिळालेल्या वैद्यकीय ज्ञानाचा उपयोग करून, नवऱ्याची प्राणसंकटातून मुक्तता करते. पण आजची नायिका एखादे स्वप्न पडले तर त्याचा अर्थ लावण्याची खटपट न करता अपचनाबद्दल डॉक्टरचा सल्ला घेईल. सहा वर्षे नवऱ्यापासून दूर राहण्याचा

वेडा विचार तर तिला स्वप्नातही सुचणार नाही. सहा वर्षांनी परत येऊन सवत व तिची दोन मुलेच पाहावयाची असली तर त्यात गोडी कसली? नवऱ्याला प्राणसंकटातून मुक्त करण्याचा उत्तम उपाय उत्कृष्ट डॉक्टराला आणणे हाच होय, हेही तिला कळते. गडकऱ्यांच्या पुण्यप्रभावातली नायिका आपली अब्रू घेऊ इच्छिणाऱ्या दुष्टाच्या हृदयातील ईश्वर प्रकट होण्याची वाट पाहते. पण आजच्या सामाजिक दृष्टीने पाहिले तर असल्या नायिकेने शक्य तर खलपुरुषांच्या हृदयातील ईश्वरापेक्षा त्याच्या पोटातील आतडी बाहेर काढावीत हेच उत्तम.

अद्भुतरम्यता व कल्पनाविलास यांना अनुकूल अशा काळात कोल्हटकर-गडकऱ्यांच्या कृती निर्माण झाल्या. पण गेल्या वीस वर्षांत काळ इतका पालटला आहे की, प्रसंगी शतकातसुद्धा इतका फेरबदल होत नसेल. शेकडो उन्हाळे-पावसाळ्यांचे काम धरणीकंपाचा एक धक्का करतो. महायुद्धानंतर उत्पन्न झालेली आर्थिक दुःस्थिती, तिच्या भीषण छायेखाली स्तिमित होऊन बसलेली सुधारणा आणि समाजमंदिराचा पायाच हादरू लागल्यामुळे धावपळ करणारी आतली मंडळी यांना पाहून आता कल्पनारम्यता आल्या पावली परत गेल्याशिवाय राहणार नाही.

वाङ्मय व जीवन यांच्यामधील भिंत

परंतु अजून तिची जादू आमच्यातल्या मोठमोठ्या लेखकांवर चालू शकते ही दुर्दैवाची गोष्ट आहे. याचे मुख्य कारण वाङ्मय व जीवन यांच्यामध्ये आपण एक अभेद्य भिंत उभारली आहे हेच होय. श्रीमंतांच्या सहवासात राहताना डोळे असून पाहायचे नाही, कान असून ऐकायचे नाही आणि तोंड असून बोलायचे नाही, असा उपदेश होतकरू सेवकांना नेहमी केला जातो. जीवनाच्या बाबतीत मराठी वाङ्मयसेवक कळत नकळत तोच आचरणात आणतात की काय कुणाला ठाऊक! यामुळे पलीकडे जीवन आपल्या नित्यनूतन विविधतेने नटत आहे आणि मधे प्रचंड भिंत असल्यामुळे अलीकडील वाङ्मयात त्याची जुनीपुराणी चित्रे रेखाटली जात आहेत असे दृश्य नेहमी दृष्टीला पडते. वाङ्मय व जीवन यांची फारकत करणाऱ्या या भिंतीला कान असतात; पण तोंड नसते! केव्हा केव्हा या कानांची लांबीही अकारण वाढलेली दिसून येते. या भिंतीला कोनाडे आहेत; पण उखाण्यापेक्षा अधिक उच्च दर्जाचे वाङ्मय निर्माण करण्याचे त्यांच्यात सामर्थ्य नाही. या भिंतीला खिडक्या आहेत, दरवाजाही आहे; पण अंध संकेतांचे कडीकोयंडे आणि अकारण बंधनांची कुलपे यांनी जखडून गेलेली ही लहान-मोठी दारे काहीच हालचाल करू शकत नाहीत. वाङ्मय विभागातील एखाद्या व्यक्तीने एखाद्या दरवाजाची कडी काढण्याचा थोडासा प्रयत्न केला, तरी तो खणखण आवाज मेघगर्जनेहूनही मोठा मानला जातो. क्वचित एखादे दार चुकून किलकिले होऊन, जीवन विभागातील वाऱ्याची झुळूक

आली की हे नवे वारे अनेकांना असह्य होते. जणू काही वाऱ्याच्या झुळकेने वात होण्याइतकी वाङ्मयाची प्रकृती नाजूक असते!

समाजाचे खरेखुरे जीवन व त्याचे वाङ्मय यांच्यामध्ये अशी भिंत असल्यामुळेच आपल्या वाङ्मयावर सत्यापेक्षा सांकेतिक गोष्टींचाच पगडा बसलेला दिसून येतो. ज्याच्या दारात सुरंगीचे झाड व मागच्या बाजूला कमळांनी भरलेले तळे आहे अशा ठिकाणी कोकणातल्या कवीला प्रियेवर काव्य लिहायला बसवावे. 'भ्रमर जसा कमलिनीवर लुब्ध होतो तसा, हे इंदुवदने, मी' इत्यादी इत्यादी गोष्टी तो लिहील. तळ्यातल्या कमळांपेक्षा सुरंगीच्या फुलांवरच भुंगे झटून उड्या घालतात ही गोष्ट त्याने डोळ्यांनी पाहिली असली, तरी परंपरागत उपमा बदलण्याशी तिचा काय संबंध? इष्ट माणसाची 'चातकाप्रमाणे वाट पाहणारी' मंडळी तर नाटके कादंबऱ्यांत आपणाला नेहमीच आढळतात. चातकाचे चित्र काढणारालाच प्रियजनाची भेट होईल अशी जर अट कुणी घातली, तर त्यांपैकी सर्वांना जन्मभर निराशेचे नि:श्वास सोडीत बसावे लागेल. अमृताचा आमच्या वाङ्मयातील धुमाकूळ तर विचारूच नका! ज्ञानेश्वरापासून तो काल आज कविता लिहायला लागलेल्या कवींनीच नव्हे, तर गद्य लेखकांनीही त्याचा इतका सुकाळ करून सोडला आहे की, ज्याच्यासाठी देवदानवांचे युद्ध झाले ते दुर्मीळ व निर्मळ अमृत हेच काय, अशी वारंवार मनाला शंका येते.

वाक्प्रचारांहून अधिक खोल गेले तर संकेतांनी आपल्या वाङ्मयाला आणलेले कृत्रिम स्वरूप अधिकच स्पष्टपणे दिसून येईल. आईचे स्वभावचित्रण करावयाचे म्हटले की, 'न मातुः परदैवतम्' या सूत्राला अनुसरूनच ते आमच्या वाङ्मयात झाले पाहिजे. प्रसंगविषेशी आपल्या दुधावर वाढविलेल्या मुलाच्या आयुष्यात आई अज्ञानाने विष कालवू शकते ही गोष्ट ऐकण्यापेक्षा बहिरे झालेले काय वाईट अशी आमची कल्पना! प्रेमाविषयीच्या सध्याच्या वाङ्मयिक कल्पना घ्या. त्याही ठरावीक ठशाच्या! प्रेम म्हणजे संसाराच्या शाळेतील उडाणटप्पू विद्यार्थी, ही कल्पना आता मागे पडली आहे हे खरे! पण प्रेम जिथे एकदा बसेल तिथेच त्याने नेहमी बसावे अशी आमची अद्यापिही अपेक्षा आहे. प्रेमाची प्रकृती फार नाजूक असते असे म्हणतात. ते लक्षात घेऊन त्याला उठाबश्यांचा व्यायाम सोसणार नाही म्हणून ही सूचना केली जाते, अशातला मात्र भाग नाही! समाजशास्त्र आणि मानसशास्त्र काहीही सांगोत, आमच्या वाङ्मयातल्या प्रेमाच्या प्रवाहात कसलेही अनपेक्षित अडथळे यायचेच नाहीत. भोवरे, डोह, धबधबा निर्माण करण्याइतके उंच कडे, इत्यादिकांचा या प्रेमप्रवाहांशी काहीही संबंध असता कामा नये. राष्ट्र व व्यक्ती यांच्याप्रमाणे वाङ्मयही दररोजच्या आयुष्याप्रमाणे बदलत जाते, याची जाणीवच आम्हाला नाही. नाही तर फडक्यांनी काय हिंदू - मुसलमानांच्या दंग्यांची वर्णने

वाचली नाहीत, की वरेरकरांना परळवर मजूर म्हणून सुखासुखी राहायला जाण्याइतका गिरणीवाल्याचा मुलगा मुक्त कोटीला पोचलेला नसतो हे ठाऊक नाही? 'नवलपूरचा संस्थानिक' लिहिणाऱ्या केळकरांना संस्थानी राजकारणाची माहिती खडान्खडा आहे. पण त्यांच्या कादंबरीत मात्र त्या खड्यांचे हिरे झालेले दिसतात. तुरुंगाबाहेर पळून आलेला कैदी जेवढ्या आनंदाने तुरुंगात परत येईल, तेवढ्याच हौसेने छळाला कंटाळून घराबाहेर पडलेली तरुणी परत घरात येईल, ही गोष्ट अत्र्यांच्या ध्यानात आली नसेल असे नाही; पण त्यांना स्वप्नात आपल्या नाट्यप्रश्नांचे जे उत्तर सापडले ते अगदीच निराळे. पहाटे पडलेली स्वप्ने खरी होतात, या गोष्टीवर त्यांनी वाजवीपेक्षा अधिक भरवसा ठेवला असावा. वामनरावजींनी आपल्या भोळ्या नायिकेचे सरला हे नाव जितक्या सहेतुक दृष्टीने ठेवले, तितक्याच दूरदर्शीपणाने काळ्या नायिकेचे नाव इंदु ठेविले यात संशय नाही. पण इंदुचे चित्र काढताना त्याच्यावरील डाग जसाच्या तसा दाखविणे जड गेल्यामुळे त्यांनी त्याला सुंदर हरणाचे अगर गोजिरवाण्या सशाचे स्वरूप देण्याचा प्रयत्न केला.

ही भिंत पाडून टाका

या सर्व उदाहरणांचा मथितार्थ एकच आहे व तो हाच की, आजचे मराठी जीवन व वाङ्मय यांच्यामध्ये भली मोठी भक्कम भिंत उभी आहे. ही भिंत चालविणारा संत क्वचितच उत्पन्न व्हायचा! सामान्य माणसाला ती चालवून बाजूला करता येत नाही अगर तिच्यावरून उडीही मारता येत नाही. त्याची दृष्टी व्यापक व्हायला हवी असेल तर ती पाडूनच टाकली पाहिजे. कला ही नेहमीच तरुण असते. पण हे अखंड तारुण्य प्राप्त करून घ्यायला जवळून खळखळत जाणाऱ्या जीवनप्रवाहात तिला पदोपदी स्नान करावे लागते. सभोवतालच्या खऱ्याखुऱ्या जीवनाकडे पाठ फिरवून ती केवळ कल्पनारम्यतेत अगर भावनाविलासात मग्न झाली की तिच्या लीलांना बाललीलांचे स्वरूप प्राप्त होते. भातुकली कौतुकास्पद खरी; पण तिने कुणाचे पोट भरत नाही. झाले काय तुला बाई म्हणून आपल्या बाहुलीची समजूत घालणाऱ्या बालिकेचे चित्र अत्यंत आकर्षक असते यात संशय नाही. पण मोठेपणी त्या बाहुलीची काय मातब्बरी? जीवनातील विविध विरोधगर्भ प्रसंगांच्या पायावरच ललित वाङ्मयाचे मंदिर उभे राहते. हा विरोध तीव्र व भव्य तर असावाच, पण तो सत्यही असला पाहिजे. चैतन्याने रसरसणारी कला भोवतालच्या जीवनातून अचूक असले विरोध हुडकून काढते. उलट निर्जीव कला भूतकालीन रम्य कृतींची सुंदर नक्कल करण्यात व लोकांच्या करमणुकीकरिता लागणाऱ्या गोड गोष्टी गोळा करण्यात दंग होऊन जाते. अशा कलावंताच्या अंगी सौंदर्यदृष्टी, विनोदबुद्धी, लालित्य, रंजकता इत्यादी गुण असतात यात शंका नाही. पण या साऱ्या गुणांचा

समुदाय म्हणजे कळस नसलेले देऊळच! व्यापक सहानुभूती आणि शास्त्रशुद्ध दृष्टीने मानवी जीवनाकडे पाहण्याची शक्ती यांचा संगम म्हणजेच चिरंजीव कलामंदिराचा कळस!

पिरँडेलो व कला

या प्रतिपादनावर कलावादी लोकांकडून सहेतुक कला ही कलाच नव्हे, असा आक्षेप नेहमी घेण्यात येतो. उदाहरणार्थ, त्यांच्या बाजूने देण्यात येणारा अगदी अलीकडील नामांकित वकील लुइजी पिरँडेलो याचे खालील मत पाहावे. तो म्हणतो—

'In my opinion every author who writes in the interest of or against an existing political system has lost his artistic character. The artist tries to makes something Eternal of what is but transitory. The politician tries to extract only a transitory phase from the Eternal. Art with a certain tendency is not genuine art and so I blame every government which desires to use art for propaganda purpose. Art must display its own merits and nothing else. The writer must write about subjects. He must write about Eternal Man. He must write about himself. An artist who serves politics has signed his own deathwarrant. This is my conviction.'

कलासृष्टी ही केवळ यक्षभूमी नव्हे!

पिरँडेलोचे हे मत वाचून अनेकांना आनंदाच्या उकळ्या फुटतील. ललित लेखनकलेचा राजकारणाशी, सामाजिक प्रश्नांशी अगर राष्ट्राच्या भवितव्यतेशी कसलाच संबंध नाही, असे म्हणणारांना हे मत सुवर्णाक्षरांनी छापण्याच्या लायकीचे वाटेल. राजनीतीचे वाहन वाघ असो वा उंट असो, सरस्वतीच्या सुंदर मयूराशी त्यांचे दूरचेसुद्धा नाते लागत नाही, असे म्हणण्याची प्रवृत्ती आपल्याकडे बळावत आहे. ललित वाङ्मय राजकारणाहून श्रेष्ठ असते हे दाखविण्याकरिता नेपोलियन सेंट हेलिनामधील एकांतवासात 'गटे' वाचून आनंदाचा उपभोग घेत असे, असा एक दाखला देण्यात येतो. या उदाहरणावरून गटे नेपोलियनपेक्षा श्रेष्ठ ठरत असेल, तर छापण्याची कला शोधून काढणारा गटेहूनही श्रेष्ठ ठरेल. तो जन्मालाच आला नसता तर गटेचे पुस्तक नेपोलियनच्या हातात पडलेच नसते! शिवाय या दाखल्याला दुसरीही बाजू आहे. कर्मधर्मसंयोगाने इतिहासातील कालात व प्रसंगात जरूर ते फरक पडून गटेला नेपोलियनपुढे येऊन उभे राहावे लागले असते तर?

राजकारण मर्त्य आहे आणि कला अमर आहे, ही गोष्ट खरी. पण कलेचे अमरत्व या मर्त्य गोष्टीतूनच निर्माण होत असते. अलीकडच्या तरुणांविषयी अशी तक्रार मधूनमधून ऐकू येते की, त्यांना ललित वाङ्मयाखेरीज दुसरे काहीच सुचत नाही, रुचत नाही आणि पचतही नाही. प्रचलित राजकारणावरील अग्रलेख वाचण्याऐवजी तेवढ्या वेळात एक शब्दचित्र अगर भावकथा वाचून होईल, असा ते पोक्त विचार करतात. विज्ञानबोध विकत घेण्याचा प्रश्न आला, तर त्याच्या किमतीत किती 'सिनेमे' पाहता येतील याचे त्रैराशिकच ते मांडतील! त्यांच्या ट्रंकेची झडती घेतल्यास त्यात गांधींचे 'सत्याचे प्रयोग' निघण्याचा संभव पार कमी! कदाचित प्रेमाच्या प्रयोगाची पूर्वतयारी मात्र त्यात दिसेल! 'गीतारहस्य' कुणापाशी आहे का म्हणून चौकशी केली, तर बहुतेकांचे नकारार्थीच उत्तर येईल! एखादा वात्रट विद्यार्थी मात्र होकारार्थी मान डोलवील. पण त्याची गीता पुस्तकी असण्यापेक्षा हाडामासाचीच असण्याचा संभव अधिक. हे वर्णन कितपत खरे आहे हे मी सांगू शकत नाही. पण ललित वाङ्मयाचा भोवतालच्या जीवनाशी काही संबंध नाही, कलासृष्टी ही निव्वळ यक्षभूमी आहे, असे जर कुणास वाटत असेल तर ते चुकीचे आहे. परिस्थितीचा परिणाम मनुष्यावर किती प्रमाणात होऊ शकतो याबद्दल मतभेद होऊ शकेल; पण थोड्या प्रमाणात का होईना तो होतो ही अनुभवाची गोष्ट आहे. कलावंताचे मन तरी या नियमाला अपवाद कसे होईल? ललित वाङ्मय म्हणजे उदात्ततेच्या पार्श्वभूमीवर काढलेली जीवनाच्या अनुभवांची चित्रे! 'आमची मर्जी नसेल त्यास आत घेतले जाणार नाही!' या जुन्या थेटरपीनल कोडाप्रमाणे अमुक अनुभव घ्यायचे व अमुक अनुभव घ्यायचे नाहीत, असे ललित लेखकाचे संस्कारक्षम मन ठरवू शकेल का? ते मन म्हणजे काही राजवाडा नव्हे की तुरुंगही नव्हे! ते देऊळ आहे - अस्पृश्यांनाही जिथे जायला बंदी नाही असे ते देऊळ आहे! देशात कायदेभंगाची एवढी मोठी चळवळ होऊन गेली, तिचा भावनोत्कट ललित लेखकांच्या विचारांवर काहीच परिणाम झाला नसेल का? नाही असे म्हणणे म्हणजे हवामान दर्शविणाऱ्या यंत्रावर वादळाचा आणि थर्मामीटरवर तापाचा काहीच परिणाम होत नाही, असे म्हणण्यापैकी तो प्रकार होईल.

टर्जिनेव्हच्या 'Fathers and Sons' व 'Virgin Soil' या दोन कादंबऱ्याही या अनुभवाला पोषक अशाच आहेत. बोल्शेव्हिकच्या मानाने निहिलिस्ट हा शब्द फार जुना. आता तो फक्त कोशातच सापडेल. टर्जिनेव्हने कादंबऱ्यांत चित्रित केलेली परिस्थितीही आता पार बदलली आहे. पण या कादंबऱ्या आपण परकी असूनसुद्धा अद्यापि गोडीने वाचू शकतो. क्षणिकाला चिरंतनाच्या पदरात पालनाकरिता टाकण्याची त्याची कला खरोखरच अनुकरणीय आहे. अल्पायुषी मार्कंडेय शंकराच्या पिंडीला मिठी मारून ज्याप्रमाणे यमपाशातून मुक्त झाला, त्याप्रमाणे ललितकृतीतील

तात्पुरत्या गोष्टींनाही अमर गोष्टींच्या आश्रयाने जगता येते. 'Fathers and Sons' मधील सामाजिक परिस्थिती बदलली असली तरी तिच्यातले जुन्या व नव्या पिढीचे अत्यंत हळुवार कलमाने व कोमल कल्पकतेने केलेले चित्रण कधीतरी पुसून जाईल का? Virgin Soil वाचताना तर पुष्कळदा असे वाटते की, नेजडेनॉव्ह सिपिॲगिन, कोलोपिटझेव, मार्केलव्ह अशी कर्णकटू (अर्थात हिंदी कानांना रशियन कानांना नव्हेत) नावे बदलून नारायण, रावसाहेब गोडबोले, प्रभाकर असली काहीतरी नावे घातली तर ही कादंबरी सध्याच्या आमच्याच जीवनाचे प्रतिबिंब आहे असे वाटेल. रशियातील अस्थिर राजकीय परिस्थितीचे मंथन करता करता टर्जिनेव्हने स्वभावचित्रणाची जी रत्ने बाहेर काढली त्यांचे मूल्य देशकालावर मुळीच अवलंबून नाही. कला व वर्तमान परिस्थिती यांचा सुंदर संगम त्याला साधता आला याचे कारण त्याचे हृदय तळमळत होते, मन जळत होते. हद्दपारीत दिवस काढीत असताना एका कावळ्याला उद्देशून त्याने काढलेले खालील उद्‌गारच त्याच्या भावनोत्कट हृदयाची साक्ष देतील.

"Crow, Crow,
You are grizzled, I know,
But from Russia you come;
Ah me! There lies home."

व्यक्तिमत्तेचा विकास

या प्रतिपादनाचा अर्थ मराठी लेखकांनी वृत्तपत्रे मुखोद्‌गत करायला सुरुवात करावी, साष्टांग नमस्कारांची खैरात आरंभावी, अगर आखाड्यात कुस्त्यांचे पेच शिकून मगच सरस्वती मंदिरात देवीला सलाम करण्याकरिता यावे, असा मुळीच नाही. लेखकाची व्यक्तिमत्ता वाढली पाहिजे. पाणी ज्या पदार्थात मिसळेल त्याचा रंग धारण करते, त्याप्रमाणे कलावंत या नात्याने त्याने सर्व अनुभवांशी समरस व्हावेच. पण पाण्याचा मूळचा जीवनोपकारक गुणधर्मही त्याने विसरू नये. कृत्रिम सौंदयपिक्षा स्वाभाविक सौंदर्याचाच परिपोष करण्याचे उच्च ध्येय ललित लेखकापुढे असावे. उदाहरणार्थ एक साधी गोष्ट घेऊ या. मुंबईत एका तरुणाला धूम्रपानाचे व्यसन लागते. शेजारच्या इराण्याकडून तो नेहमी धूम्रसाहित्य विकत घेत असतो. हळूहळू त्याचे व्यसन वाढत जाते. ते इतके की, शेवटी एके दिवशी तो इराणी त्या तरुणाला सांगतो, 'शेठ, इतक्या सिगारेट ओढू नका. प्रकृती खराब होऊन जाईल तुमची.' या उद्‌गारांचे सूत्र हाती घेऊन कथा लिहायला सांगितली तर अनेक होतकरू लेखक त्या तरुणाच्या चेहऱ्यासारखाच चेहरा असलेला त्या इराण्याचा मुलगा दुर्दैवाने वारला होता, त्या मुलाच्या आठवणीमुळेच त्याला या तरुणाविषयी इतका

कळवळा वाटला, अशा तऱ्हेची रचना करून गोष्टीत रंग भरण्याचा प्रयत्न करतील. आपल्या देशातील धर्मभेद आणि जातिभेद यांची तीव्र जाणीव ज्याला झाली आहे असा लेखक दोघांचीही चित्रे सहानुभूतीने रेखाटून भिन्न धर्मीयांतही सामान्य असा मानवधर्म सुप्तावस्थेत कसा आढळत, हे दिग्दर्शित करील. सध्याच्या आर्थिक दु:स्थितीची तीव्रता ज्याला अधिक महत्त्वाची वाटते तो लेखक इराण्याकडे गोष्टीतील तरुण आदरबुद्धीने पाहत जातो न जातो इतक्यात एक चौदा-पंधरा वर्षांचा मुलगा सिगारेट खरेदी करण्याकरिता येतो व गिऱ्हाईक गमावणे इष्ट नसल्यामुळे तो इराणी त्याच्या धूम्रपानाला योग्य तो मोबदला घेऊन मदत करतो असे दाखवील.

नदी आणि ऋषी यांच्याप्रमाणे ललित लेखनकलेचे मूळ शोधू नये हे खरे; पण नदीचे मूळ कुठेही असले तरी कालवे काढून तिच्या प्रवाहाचा जास्तीत जास्ती उपयोग करणे शक्य असते. लेखकाची व्यक्तिमत्ता जो जो व्यापक व संस्कारक्षम तो तो तत्त्व व कला यांचा मेळ घालणारी ललितकृती त्याला साधण्याचा संभव अधिक. दोन वर्षांची लहान मुलगी फणी घेऊन केस विंचरण्याचा प्रयत्न करीत असताना तिचे लाडके हावभाव दिसतात, त्याच्यावर या घटकेला असा लेखक कविता करील, तर दुसऱ्या घटकेला भेटायला आलेल्या मनुष्यापाशी बोलताना हवापाणी संपून गेल्यामुळे जो मूक चित्रपट सुरू होतो त्याचे विनोदी चित्र तो रेखाटील. रस्त्याने भिकारी पैसा मागत असताना सहज खिशात हात घालावा, हाताला दोन पैसे लागावेत, त्यातला एक खरा व दुसरा खोटा असावा, खोटा पैसा काही तू घरी केलेला नाहीस, तुला कुणी तरी फसवूनच तो तुझ्या गळ्यात बांधलेला आहे, मग तो भिकाऱ्याला द्यायला काय हरकत आहे, असा वकिली सल्लाही एका मनाने द्यावा, पण शेवटी खरा पैसा भिकाऱ्याला देऊन व खोटा खिशात घालूनच पुढे जावे! हा एका पैशाचा इतिहास एखाद्या लेखकाच्या हातून 'नीतीचा उगम' या नावाचा सुंदर निबंधही लिहवील. घरात शिजल्यासारखे होऊन वाऱ्याकरिता अंगणात बाहेर उभे राहावे, घराच्या बंधनाचा किती त्रास होतो म्हणून उपहासाने घराकडे पाहावे, इतक्यात जोराचा पाऊस येऊन भिजायला होऊ नये म्हणून परत घराचा आश्रय करावा आणि या घटनेने 'वारापाऊस' नावाच्या सूचक कथेचे बीज द्यावे असे घडणे काही अशक्य नाही.

संकुचित विनोददृष्टी

पण जीवनाशी, हरघडी पुढे वाहत जाणाऱ्या समाजप्रवाहाशी आपला निकटचा संबंध आहे हे विसरल्यामुळेच मराठी ललित वाङ्मय, इतर पुष्कळ वाङ्मयगुण असूनही, पूर्णपणे प्रभावी वाटत नाही. विनोददृष्टी ही शंकराच्या तिसऱ्या डोळ्याप्रमाणे असली तरी तो असणारी माणसे आपल्यामध्ये नाहीत असे नाही. मराठी साहित्यात

विनोदाची स्वतंत्र शाखा स्थापन झाल्याला तर तीन तपे झाली. या काळात राजकीय, सामाजिक व इतर स्थित्यंतरे इतकी झपाझप झाली आहेत की, त्यामुळे उत्पन्न होणारे विसंवाद आणि मनुष्यस्वभावातल्या विसंगती विनोदाचा उत्तम परिपोष करू शकतील. रशियन लेखक कॅटेव्ह यांचे Squaring the Circle हे नाटक या दृष्टीने अत्यंत वाचनीय आहे. पण अजूनही मराठी बोलपटांतून ढेरपोटी माणसे नाचवून आणि त्यांना आपल्या पोटात लाडू कोंबायला लावून विनोद उत्पन्न केला जात आहे! नाटकात पूर्वीच्या खादाड विदूषकाची जागा आचरट कवीने घेतलेली दिसते. क्वचित कवी रजेवर गेला तर मास्तर त्याचे बदली काम करतो. दोघेही बिचारे गरीब प्राणी! त्यातून लेखणीपेक्षा पलीकडचे हत्यार ज्यांना ठाऊक नाही ते कसला प्रतिकार करणार? स्त्री-पुरुषांच्या प्रेमसंबंधाविषयी अचकटविचकट कोट्या म्हणजे विनोद अशीही समजूत अनेकांच्या लिखाणावरून होते. पण बदललेल्या सामाजिक परिस्थितीमुळे उत्पन्न होणारे विसंवाद व विकृती यांचे हलक्या हाताने चित्रण करण्याकडे अद्यापीही कुणाचे फारसे लक्ष जात नाही. राजकीय घडामोडीत प्रसंगनिष्ठ विनोदाला किती वाव असतो याची कल्पना मी परवाच ऐकलेल्या दोन गोष्टींवरून येईल.

मेतकूट व मशीनगन!

तीस वर्षांपूर्वी बॉम्बच्या संशयाने पुण्यात काही झडत्या झाल्या; अर्थात विद्यार्थ्यांचे गट म्हणजे राजद्रोह्यांचे कट ही समजूत तेव्हाही होतीच. वाल्मीकीच्या आश्रमातील बटूंना जेवढी घोड्याची कल्पना तेवढीच झडती घेणाऱ्या अधिकाऱ्यांना बॉम्बची कल्पना होती. त्यात काही तरी स्फोटक द्रव्ये असतात ही काय ती मुख्य कल्पना. शिपायांनी विद्यार्थ्यांच्या खोल्यांची झडती घेतली. त्यात अभ्यासाची पुस्तके, वह्या, नाटके, कादंबऱ्या, औषधे, कंगवे, आरसे वगैरे सर्व काही सापडले. परंतु तो अपेक्षित भयंकर वाटोळा पदार्थ कुठेच मिळाला नाही! अधिकाऱ्यांनी तेवढ्यामुळे काही कच खाल्ली नाही! शेवटी त्यांना एक बाटली मिळाली. तिच्यात कसली तरी पिवळी पूड भरली होती. ते गंधकयुक्त स्फोटक द्रव्य असले पाहिजे, अशी त्यांची खातरी झाली. बाटलीतली थोडी पूड घेऊन तिला काडी लावायला एका शिपायाला सांगण्यात आले. त्याने भीत भीत हा शास्त्रीय प्रयोग केला. पण ती पूड काही केल्या पेटेना. पेटणार तरी कशी? खाणावळीत जेवणाऱ्या त्या विद्यार्थ्यांपैकी कुणीतरी घरून बाटलीत मेतकूट भरून आणले होते.

मेतकुटाचा बॉम्ब कसा झाला या कथेइतकीच गेल्या कायदेभंगातील दुसरीही एक गोष्ट गमतीची आहे. मध्यप्रांतातील जंगल सत्याग्रहात पुष्कळ विद्वान मंडळी सामील झाली होती. वकील, डॉक्टर, लेखक वगैरे बुद्धिजीवी वर्गाचे सर्व प्रतिनिधी

त्या तुकडीत होते. वाटेत दूरच्या टेकडीवर काहीतरी दिसू लागले. ते यंत्र होते यात शंकाच नव्हती. सर्वांची खातरी झाली की आपणाला भिवविण्याकरिता आणि - (आडवी रेघ फार सूचक असते असे हल्लीचे लघुकथालेखक म्हणतात. तेव्हा यापुढील करुणरस तिने व्यक्त होईलच!) झाले! हिंदी बहुमताने ती मशीनगन ठरली; पण शेवटी ती दुर्बीण होती असे आढळून आले! आजच्या आपल्या शास्त्रीय अज्ञानाचा उपरोधगर्भ समाचार घ्यायला अशा गोष्टी उपयोगी नाहीत असे कोण म्हणेल? कौन्सिल, काँग्रेस, कायदेभंग, इत्यादिकांपासून धर्म, संस्कृती, नवमतवाद, इत्यादिकांपर्यंत सर्व सामाजिक गोष्टींत विनोदाचे शस्त्र ज्यांच्यावर चालविले पाहिजे असे प्रसंग अनेक आढळतील. बुरखा घेऊन पुरुषाने तोतया स्त्री होणे व त्याची तोतयेगिरी उघडकीला येताच प्रेक्षकांत हशा पिकणे या गोष्टी प्रहसनवजा नाटकात नेहमी घडून येतात. विनोदाचा उपयोग ढोंगांनी तोंडावर घेतलेले विविध संभावितपणाचे बुरखे दूर करून त्याचे सत्य स्वरूप दाखविण्याच्या कामी चांगलाच होतो. शिवरामपंत परांजपे व तात्यासाहेब कोल्हटकर यांच्या उपरोधपूर्ण टीकेची परंपरा अखंड चालू राहण्याने मराठी वाङ्मय तर संपन्न होईलच, पण मराठी जीवनही अधिक विशुद्ध व विचारपूर्ण होईल.

पावित्र्यविडंबन

इथे एक प्रश्न सहजच उद्भवतो. तो म्हटला म्हणजे पावित्र्यविडंबनाचा! विनोद हा वाङ्मयातील दुःशासन असून तो पवित्र भावनेच्या द्रौपदीचे वस्त्रहरण करीत असतो, अशी कळत नकळत अनेकांनी आपली समजूत करून घेतलेली असते. पण पोलीस शिपाई झडती घेऊ लागल्यावर एखाद्या चोरट्या बाईने द्रौपदीचा आव आणला म्हणून तो त्याने खरा मानावा की काय? विनोदाला दुःशासन म्हणण्याआधी ज्या गोष्टींवर त्याने हल्ला चढविला असेल तिने द्रौपदीइतके मोठेपण आपल्या अंगी आहे हे सिद्ध केले पाहिजे. गाय हा उपयुक्त प्राणी आहे, याबद्दल चहा, दूध, तूप वगैरेंवर सर्रास बहिष्कार पडेपर्यंत तरी मतभेद होणार नाही. पण ती देवता आहे असे आजच्या तरुणांना सांगितले तर 'या देवतेच्या मारक्या शिंगांची व्यवस्था काय?' या प्रश्नाचे उत्तर देण्याची तयारी हवी. कोल्हटकरांनी गणपतीची बेअब्रू केल्याबद्दल त्यांच्यावर खटला चालून (हा बहुधा दिवाणी कोर्टातला खटला असावा. कारण त्याचा निकाल होईपर्यंत तरुण कोल्हटकर वृद्ध झाले!) त्यांना शिक्षा झाली असे शोध नुकतेच लागू लागले आहेत. ज्यांनी गणपतीची शब्दांनीसुद्धा कुचाळी केली नाही, उलट लहानपणी मेळ्यात काम करून, तरुणपणी त्याच्या साक्षीने व्याख्याने देऊन आणि प्रौढपणी मुलांकरिता फटाके आणून त्याची सेवा केली अशा पावित्र्यपूजकांना अर्धांगवायू होत नाही अगर आजाराने त्यांचे मन दुबळे होत नाही असे थोडेच आहे?

गणपतीवर विनोदी लेख लिहून कोल्हटकरांनी पावित्र्यविडंबन केले असे जे लोक म्हणतात, त्यांना हे कळत नाही की गणपतीची मूर्ती हेच मुळात पावित्र्यविडंबन आहे. देवाविषयी भक्ती उत्पन्न होण्याकरिता जे प्रतीक उत्पन्न करावयाचे त्याचे तोंड कसले? तर हत्तीचे! म्हणजे एखादे वेळी देवाने भक्ताचे हातातील प्रसाद ग्रहण करावयाचे मनात आणले तर भक्ताच्या अंगाला दरदरून घामच सुटायचा! गणपतीच्या जन्माची कथा काय? तर पार्वतीने आपल्या अंगच्या मळापासून तो निर्माण केला! मुले जर अशी होत असती तर गंडे आणि बोवा यांच्या भजनी लोक कशाला लागले असते? एक गोदरेजची वडी खर्च करताच मातृपदोत्सुक स्त्री गांधारी व्हायची! गणपतीच्या लहानपणी 'मी कसा झालो?' हे पुस्तक नव्हते म्हणून बरे! नाही तर त्याने पार्वतीला नाही नाही ते प्रश्न विचारून पुरे केले असते; आणि ते प्रश्न ऐकून स्मशानापेक्षाही अधिक एकांतवास मिळेल अशी जागा शोधण्याचा मोह शंकराला झाला असता!

पावित्र्याची प्रमाणे पिढीपिढीला बदलत असतात. प्रथम आपले पूर्वज गोमांसभक्षण करीत असत. नंतर शेतीच्या काळात त्यांनी गाईला पूज्य मानली. आता यांत्रिक युगात एक अत्यंत उपयुक्त प्राणी एवढेच तिचे महत्त्व राहील. या तिन्ही स्थित्यंतरांत अमुकच पवित्र असे कोण ठरविणार? सती जाण्याच्या काळात विधवाविवाहाचे तत्त्व कुणाला पटले असते काय? उलट शाकुंतलातील अनेक बायकांचा दादला असलेला दुष्यंत शकुंतलेला प्रेमपाशात गुंतवतो ही गोष्ट कालिदासाला वाटली नसली, तरी आजच्या काळात आपल्याला थोडीशी गौणच वाटत नाही काय? 'काच सामान सांभाळून वापरा,' अशा चिठ्ठ्या मारून रेल्वेने जशा काचेच्या वस्तू पाठविल्या जातात, त्याप्रमाणे 'पवित्र, अत्यंत पवित्र! विनोद करू नका!' अशा पाट्या लावून का कुठे जुन्या रूढी पिढ्यान्‌पिढ्या सुरक्षित राहतील?

मूर्तिभंजन-प्रत्येक पिढीचा हक्क

मूर्तिभंजन हा शब्द कदाचित कुणाला कडक वाटेल! पण सपाटीवरून चालण्याचे भाग्य ज्या पिढीच्या कपाळी आहे, तीसुद्धा जुन्या मूर्तींची ओझी वाहून न्यायला तयार नसते! पण ती हळूच खाली वाकून रस्त्यात एक एक मूर्ती टाकून देत असल्यामुळे मूर्ती फुटण्याचा आवाज फारसा होत नाही. पण ज्या पिढीला डोंगर चढायचे असतात आणि कड्यावरून उड्या मारायच्या असतात तिला जीर्ण कल्पनामूर्तींची ओझी अगदी असह्य होतात! तिने ती जिवाच्या आकांताने फेकून दिली की फुटणाऱ्या मूर्तींचा मोठा आवाज होतो. या आवाजालाच पावित्र्यविडंबन म्हणायचे असेल तर प्रत्येक पिढी ते थोड्या फार प्रमाणात करीत आलीच आहे.

आजच्या पिढीने देवता आणि देवळे यांच्याविषयी रामदासांच्या वेळच्या भावना

दाखवाव्या, असे म्हणणे म्हणजे रामदासांनी एलिझाबेथ राणीची गाठ घेऊन इंग्लंडच्या राज्याची सनद का मिळवली नाही, हा प्रश्न विचारण्याइतकेच शहाणपणाचे होईल! ज्या मनात एकाच देवाला राहायला जागा मिळेल की नाही याची वानवा आहे, तिथे मारुतीपासून गणपतीपर्यंतच्या सर्व देवतांचा समावेश व्हावयाचा कसा? आजच्या पिढीचा देव देवळात नाही. तो माणसात आहे. त्याचे दर्शन कारखान्यात होते, शेतात होते, महारवाड्यातही होते. स्त्रीच्या रूपाने वावरण्याची त्याला पूर्वीप्रमाणेच लाज वाटत नाही. डोळ्यांतले दुःखाश्रू अगर कपाळावरील घर्मबिंदू याच फुलांनी अद्यापि त्याची पूजा केली जात आहे हे खरे; पण असा एक काळ येईल की, त्या वेळी आनंदाश्रूंची फुलेच त्याच्यावर उधळली जातील. या नव्या देवाची प्रतिष्ठा करण्याकडे ज्यांचे लक्ष लागले आहे त्यांना जुन्या मूर्तीचे महत्त्व कसे वाटावे?

वाङ्मयातही याच वृत्तीची प्रतिबिंबे पडत आहेत. दुःखपर्यवसायी नाटकाच्या शेवटी 'हे लीलालाघवी जगत्सूत्रधारा' म्हणून ईश्वराला हाक मारून त्याच्या कपाळी नाटकातील दुःखाचे खापर फोडण्याचा काळ आता उरला नाही. नाटक हे संसाराचे चित्र असते हे या दोन्हीतूनही सूत्रधाराची हकालपट्टी झाली आहे, या एकाच गोष्टीवरून सिद्ध होईल. समाजातल्या सुस्थितीला व दुःस्थितीला युगानुयुगे आकाशाच्या पडद्याआड राहणारा निराधार, निर्गुण ईश्वर जबाबदार नाही, समाजच त्याला जबाबदार आहे, ही विचारसरणी दिवसेंदिवस रूढ होत चालली आहे. वाङ्मयात वेश्यावर्गाचे स्वभावचित्रण कसे बदलत गेले याचा इतिहास पाहिला तरी हे सहज दिसून येईल. वेश्या म्हणजे जळू. वेश्येच्या मुलीत तिचे सर्व दुर्गुण असायचेच, ही कल्पना तर सर्व प्राचीन वाङ्मयात आढळतेच! कल्पनारम्यता व आदर्शनिर्मितीची इच्छा यांच्यामुळे वसंतसेनेसारख्या सोज्वळ नायिकाही मधूनमधून चमकल्या आहेत; नाही असे नाही. पण हे सर्व वाग्विलास रमणीय असले तरी क्यूप्रिनने 'यामा' कादंबरीत रंगवलेल्या वेश्याजीवनाच्या चित्रपटापुढे ते फिकेच वाटतात. त्यातील नायिका जेनी ही देवी नाही आणि राक्षसीही नाही. ती जळू नाही आणि गोगलगायही नाही. विपरीत आर्थिक व सामाजिक परिस्थितीमुळे उत्पन्न झालेल्या वेश्यावृत्तीच्या गर्तेत पडलेली, तिथल्या घाणेरड्या चिखलात आकंठ बुडलेली, पण चिखलावर असलेल्या तोंडातून आपल्या निर्मळ अंतःकरणाची तळमळ व्यक्त करणारी, उत्कट वात्सल्य असलेली, स्त्रीजातीला भूषणभूत होईल इतक्या सहृदयवृत्तीची मानवमूर्ती आहे! ती वेश्या ही जगाच्या दृष्टीने चालतीबोलती मांसाची पुतळी! तिला कसले अंतःकरण असायचे? पण जेनी तिच्याकडे आलेल्या एका सदृढ, उमद्या व निरोगी तरुणाला 'गरिबीमुळे तुझी बहीण बाजारात जाऊन बसली तर तुला कसे वाटेल?' हा प्रश्न जेव्हा करते, अगर 'शेकडो, हजारो लोकांनी मला आपल्या क्षणिक वासनेच्या तृप्तीकरिता जवळ केली आहे, त्यांना रौरवात लोटून देण्याची शक्ती माझ्या अंगात असती तर किती बरे

झाले असते! या हजारो लोकांपैकी एकाने तरी मी मनुष्य आहे हे ओळखायचे होते!' असे उद्‌गार जेव्हा काढते आणि आपणाला जडलेल्या रोगाचा प्रसाद सर्वांना देण्याच्या सुडाच्या इच्छेला आळा घालून त्या तरुणाला धाकटा भाऊ करून जेव्हा घरी परत पाठवून देते तेव्हा तिच्या मानवी अंतरंगातील विविधता व उदात्तता पाहून आपले मन आश्चर्यचकित होऊन जाते.

मानवी जीविताकडे पाहण्याचा दृष्टिकोन आता इतका बदलला असल्यामुळे पावित्र्य, भावना, देवता वगैरे शब्दांची झिजलेली नाणी परत टांकसाळीकडे पाठवली पाहिजेत. घरावरली कौले कोसळू लागलेली पाहून ती नीट करण्याकरिता शिडी आणायला जाणे हाच योग्य मार्ग आहे हे खरे! पण तो केव्हा? वानरांच्या नृत्यकलेने हा गोंधळ उडविला असेल तर! धरणीकंपाच्या धक्क्याचा तो परिणाम असेल तर? त्या ठिकाणी बिचारी शिडी काय करणार? यंत्रयुग आणि विज्ञानाची प्रगती यांच्यामुळे जगातील सर्व समाज पायापासून गदगदा हलू लागले आहेत. अशा वेळी आपल्याला आपले घर कितीही प्रिय असले तरी ते राहील की नाही, याचीसुद्धा धड शाश्वती नाही. मग त्या घरावरील जुन्या कौलांचा मोह धरण्यात मतलब काय?

उज्ज्वल भविष्यकाळ

मराठी भाषा मरणोन्मुख झालेली आहे, असे कुणीच म्हणणार नाही. तिची प्रकृती कदाचित राहावी तितकी बरोबर राहत नसेल. शास्त्रीय वाङ्मयाचा व्यायाम घेण्याचा तिला कंटाळा आहे. प्रेमाची खमंग फोडणी दिलेले पदार्थच तिला फार आवडतात. तिची वेषभूषा अगदी आजच्या घटकेला शोभणारी असली तरी मन मात्र अजून मागच्या काळातच रेंगाळत आहे, इत्यादी आक्षेपांत थोडासा तथ्यांश असला तरी तिच्या या तक्रारी काही कायम टिकणाऱ्या नाहीत. ज्यांचे आसन सरस्वती मंदिरात स्थिर झाले आहे अशा लोकप्रिय ललित लेखकांनी आपल्या आवडीच्या शास्त्राविषयी वाङ्मय निर्माण करण्याचे ठरविले तर ते काय त्यांना अशक्य आहे? 'गरज तसा पुरवठा' हे तत्त्व मला वाङ्मयातही मान्य आहे. पण ते पाळताना लेखकाने व्यापारी होऊ नये. डॉक्टर व्हावे. रोग्याच्या शरीराला ज्या-ज्या द्रव्यांची जरुरी असते ती-ती औषधांद्वारे त्याला देणे हेच डॉक्टरांचे कर्तव्य नाही का? शिवाय 'गरज तसा पुरवठा' या तत्त्वाइतकेच 'गरज ही कल्पकतेची आई' हे तत्त्वही प्रसिद्ध आहे. म्हणजे पुरवठा व कल्पकता यांचे बहीण-भावंडाचे नाते होते. हे नाते पाळण्याची दक्षता लेखकांनी घ्यायला नको का? आपल्याकडे बुद्धिमान लेखकांच्या लिखाणाची स्थिती अनेकदा पहिलवानांच्या शरीरासारखी होते. तारुण्य व महत्त्वाकांक्षा यांच्या बळावर त्यांची चपळ प्रतिभा प्रथम चांगला विजय मिळवू शकते. पण व्यायामाबरोबरच जसे पहिलवानाचे शरीर सुटते त्याचप्रमाणे वय व कीर्ती यांच्याबरोबर

लेखकांचा आळसही वाढतो. आरशासमोर उभे राहून व्यायाम घेत असेपर्यंतच पहिलवानाचे शरीर बांधेसूद राहते. आपल्याकडे चांगल्या लेखकांच्या लिखाणाचीही तीच स्थिती होते. तो उच्चपदाला चढेपर्यंत त्याच्यापुढे आपल्यातल्या मोठ्या लेखकांचे आदर्श तरी असतात. पण एकदा ते पद गाठल्यावर मग पुढे काय? निर्वीरमुर्वीतलम्! या निर्वीर पृथ्वीचे क्षेत्रफळ किती मर्यादित आहे आणि लोकसंख्या किती लहान आहे याचे त्याला भानही राहत नाही. विद्युद्दीपाने घरातल्या घरात रॉकेलच्या दिव्याला खुशाल हसावे! पण तो खिडकीतून क्षणभर बाहेर पाहील तर लक्षावधी मैलांवरून उज्ज्वल प्रकाशाचे सिंचन करणाऱ्या शुक्राच्या चांदणीकडे पाहून त्याची त्यालाच लाज वाटेल. कलावादी, मतप्रचारक, वास्तवतेचे भोक्ते, कल्पनारम्यतेचे पुरस्कर्ते, कोणत्याही गोत्राचे मराठी लेखक असोत, इब्सेन, स्ट्रिंडबर्ग, टर्जिनिव्ह, टॉलस्टॉय, हार्डी, शॉ, ब्रिओ, चेकॉव्ह, गॉर्की, अपटन सिंक्लेअर, सिंक्लेअर लुई यांच्या तोडीचे लिखाण मराठीत व्हावे असे त्यांच्यापैकी कुणास वाटत नाही? पण हे सुखस्वप्न खरे व्हायला जागतिक वाङ्मयाचा जितका खोल अभ्यास हवा तितकेच कठोर आत्मपरीक्षण करण्याची शक्तीही हवी. 'Wild Duck' या नाटकात इब्सेनने आपल्या अतिरेकाला जाणाऱ्या तत्त्वावर स्वत:च कशी टीका केली आहे हे पाहण्याजोगे आहे. कलावंत असा स्थितप्रज्ञ होऊन मानवी जीवनाकडे पाहू लागल्यावरच त्याची दृष्टी दिक्कालांचा भेद करू शकते. पर्वताच्या हृदयातील आवेगाला वाचा फुटून नदीचा उगम दिसू लागावा त्याप्रमाणे कलेचा उद्भव आत्मप्रगटनाच्या या धडपडीत होतो. नदी आपल्या भोवतालचा भूमिभाग प्रफुल्लित करीत वाहते, त्याप्रमाणे रसिकाचे रंजन करीतच कलेचा विकास होतो. पण नदी कुठे ना कुठे तरी समुद्राला मिळावयाची. तशी कला मानवी जीवनाच्या उदात्त ध्येयाशी एकरूप व्हायची! जीवनग्रंथाची वाऱ्यावर उडून गेलेली पाने शोधून आणावयाची, त्या पानावरील पद्मपंक्ती वाचून त्यांचा अनुक्रम लावावयाचा आणि अशा रीतीने सामान्य दृष्टीला निरर्थक व नीरस दिसणाऱ्या या विश्वाच्या पसाऱ्यातील अर्थ व सरसता व्यक्त करावयाची, हेच तिचे ध्येय! या ध्येयामागे धावणारे अधिक अधिक लेखक मराठीत उत्पन्न होऊन ते तिचे वैभव व जगाचे बौद्धिक सुख वाढवोत, अशी इच्छा मी या संमेलनच्या वेळी प्रकट केली तर तिला आपणा सर्वांचे पाठबळ मिळेल, अशी माझी खातरी आहे.

◆

मुंबई मराठी साहित्य संमेलन
अधिवेशन दुसरे
१९३५

साहित्योपासक व साहित्यप्रेमी बंधु-भगिनींनो,

मुंबई मराठी साहित्य संमेलनाच्या दुसऱ्या अधिवेशनाचे अध्यक्षपद मला देऊन आपण सर्वांनी माझ्यावर जे निरतिशय प्रेम व्यक्त केले आहे, त्याबद्दल मी आपला अत्यंत ऋणी आहे. मुंबईतल्या एखाद्या चाळीपेक्षा ज्याची वस्ती जास्त भरणार नाही अशा खेड्यात राहणाऱ्या आणि ज्ञान, वय, पदवी वगैरे कोणत्याही दृष्टीने वृद्ध नसलेल्या माझ्यासारख्या मनुष्याला हा मान देऊन सरस्वती मंदिर व्यवहारातील सर्व भेदांपासून अलिप्त असते हे आपण सहज सिद्ध केले आहे. साहित्यसेवेबद्दल आपण मला दिलेल्या या बक्षिसामुळे आपला अभ्यास अधिक मन लावून करण्याची इच्छा माझ्यासारख्या विद्यार्थ्याच्या मनात उत्पन्न झाली आहे, हे मी आनंदाने कबूल करतो.

मुंबई हे हिंदुस्थानचे जसे महाद्वार आहे, त्याप्रमाणे तो महाराष्ट्र शारदा मंदिरातील भव्य दिवाणखानाही आहे. मराठीत प्रकाशित होणाऱ्या पुस्तकांपैकी निम्मी तरी येथील सुसज्ज प्रसूतिगृहातूनच बाहेर पडत असतील. इतर व्यापारांप्रमाणे मराठी पुस्तकाचीही हीच महत्त्वाची बाजारपेठ आहे. दैनिके, मनोरंजक साप्तहिके आणि विविध नियतकालिके यांच्या दृष्टीने मराठीतील केवढ्यातरी प्रकाशनाची जबाबदारी मुंबापुरी सांभाळीत असलेली दिसते. विविधज्ञान-विस्तारसारख्या आजोबांपासून चित्रेसारख्या पाळण्यातल्या पोरीपर्यंत सर्व प्रकारचे वैचित्र्य या कुटुंबात आढळते.

मराठी ग्रंथकारांच्या दृष्टीने पाहिले तरी मुंबई संपन्न आहे हे कबूल केलेच पाहिजे. इथले लेखक आहेत यात नवल कसले? पण डॉक्टर, वकीलच नव्हेत, तर कस्टमसारख्या शारदेशी बादरायण संबंध नसलेल्या खात्यांतील मंडळीही इथे सरस्वतीची अखंड उपासना करीत असलेली आढळतात. 'माझे रामायण' लिहून वर्तमानकाळाचे चित्र काढणारे तुळजापूरकर अगर प्राचीन काळातील 'कलंकरहस्या'वर प्रकाश पाडणारे वर्दे उभ्या महाराष्ट्राच्या परिचयाचे आहेत. तरुण 'धावत्या धोट्या'चे जनक वरेरकर आणि प्रौढ 'संसार शकटा'चे जनक खाडिलकर यांची सांगड या शहराशिवाय दुसरे कोण घालू शकले असते? कॅप्टन लिमये रोग्याला हसवून बरे करतात किंवा माधवराव काटदरे यांना त्यांच्या कचेरीतून 'हिरवे तळकोकण' स्पष्ट दिसते, असे मुंबईच्या वर्णनात लिहिले तर ते अगदीच चूक होईल का? रामदासांपासून टिळकांपर्यंत सर्वांचा संशोधनात्मक दृष्टीने समाचार घेणारे फाटक आणि मोर्लेपासून वेल्सपर्यंत सर्व ग्रंथकारांचे सार ग्रहण करणारे वसंतराव नाईक ही विद्वानांची जोडीही महाराष्ट्रमान्य आहे. प्रौढ पिढीची ही उज्ज्वल परंपरा चालविणारे बुद्धिमान तरुण लेखकही भराभर पुढे येत आहेत. 'मोत्यांची कुडी' घालून 'चांदराती'त विहार करायला जाणाऱ्या एका तरुणीला 'हृदय' घरी विसरल्याची आठवण झाली अशी नवलाईची बातमी येथील एखाद्या वर्तमानपत्राने छापायला मुळीच हरकत नाही! मराठी साहित्यिकांचा क्रिकेटसारखा एखादा सामना ठरविला तर एका बाजूचे चांगले अकरा गडी मुंबई सहज उभे करू शकेल यात संशय नाही.

मुंबईप्रमाणे बाहेरील मराठी साहित्यही शास्त्रीय क्षेत्रांखेरीज इतरत्र विकास पावत आहे. प्राचीन महाराष्ट्र, शब्दकोश, विज्ञानबोध, धर्मशास्त्रविचार, हिंदूंचे समाजशास्त्र इत्यादी पुस्तके शास्त्रीय विभागात दिसतात खरी! परंतु क्वचित दिसून येणारी स्वतंत्र बुद्धी व परिश्रम एवढ्याच दृष्टींनी ती ठीक आहेत. खरेखुरे शास्त्रीय वाङ्मय वाढण्यासारखी मराठी जीवनाचीच दुर्दैवाने आज स्थिती नाही. मराठीला स्वतंत्र विद्यापीठ नाही, अभ्यासी लेखकांना 'क' वर्गाचे अन्न व धर्मशाळेसारखी जागा अविच्छिन्न मिळेल अशीसुद्धा कुठे सोय नाही. एखाद्याने पोटाला चिमटा घेऊन काहीतरी धडपड केलीच, तर उत्तान प्रणयाला आणि थिल्लर विनोदाला हपापलेला सामान्य वाचकवर्ग तिच्याकडे कशाला लक्ष देईल? उलट आपल्या गुदगुल्यांत व्यत्यय आल्यामुळे तो त्याचे सारे अंग चिमटे घेऊन सुजवूनच टाकील! धन्वंतरीइतका बुद्धिवान महाराष्ट्रीय डॉक्टर असला तरी संशोधन अगर अनुभवलेखन त्याच्या हातून होणे अशक्य. पाठीमागे संसार व पुढे रोगी याच स्थितीत त्याचा जन्म जायचा! ललित वाङ्मयाची स्थिती मात्र अशी विपन्न नाही. नाटकात अत्रे-वरेरकर; काव्यात तांबे, यशवंत, माधव ज्यूलियन, काणेकर; कादंबरीत जोशी, फडके, माडखोलकर, शिरूरकर; कथेत गुर्जर, जोशी, सरदेसाई, दौंडकर; विनोदात चिंतामणराव व

बाबूराव, स्त्री-लेखिकांत कुसुमावती देशपांडे, कृष्णाबाई, कमलाबाई टिळक, एवढीच नावे घेतली तरी ललित वाङ्मयगुणांचे वैशिष्ट्यपूर्ण संमेलनच भरविल्यासारखे होईल.

मराठी वाङ्मयाकडे शुद्ध अंकगणिताच्या दृष्टीने पाहिले तर त्याची भरभराटच होत आहे असे म्हणावे लागेल. न्यायमूर्ती रानड्यांच्या काळी लहानसहान चोपडी जमेला धरूनही प्रतिवर्षी प्रसिद्ध होणाऱ्या पुस्तकांची संख्या फारशी फुगत नसे. पण आजच्या घटकेला मराठीतले प्रत्येक पुस्तक मी वाचतो असे प्रतिज्ञेवर म्हणणारा भाषाभक्त विरळाच सापडेल. एखादा मिळालाच तर त्याच्या प्रतिज्ञेचा अर्थ लोणकढी थाप असाच होईल! (एखाद्या अ वर्गाच्या कैद्याला ही सर्व पुस्तके अक्षरश: वाचावयाला लावली तर त्याला ती शिक्षा वाटण्याचा संभव आहे हा भाग निराळाच! तो कदाचित क वर्ग मिळावा म्हणून सत्याग्रहही करील!) परंतु ही भरभराट संख्येची झाली. वाढती लोकसंख्या हे देशाच्या वैभवाचे गमक असतेच असे नाही. बत्तीस मोगरीला फुलांचे कितीतरी मोठमोठे घोस येतात, म्हणून त्या फुलांचे कुणी अत्तर केले आहे का?

विपुल प्रमाणात प्रकाशित होणाऱ्या या मराठी वाङ्मयाचा बराचसा भाग ललित वाङ्मयाने व्यापला आहे आणि त्यात अस्वाभाविक असे काय आहे? सूपशास्त्रापासून आरोग्यशास्त्रापर्यंतचें सर्व वाङ्मय शास्त्रीय म्हणून त्याच्याकडे आदराने पाहणारे पंडित अनेकदा ललित वाङ्मयाचा उपहास करताना आढळतात हे खरे! त्यांना वाटते, सर्वांत कठीण असा माध्यान्हकाळ या वाङ्मयावाचून क्षणभरसुद्धा अडून बसत नाही.

मग या वामकुक्षीच्या आणि मुखशुद्धीच्या वाङ्मयाचे इतके स्तोम माजविण्यात काय मतलब? त्यांचे पांडित्य क्षणभरही असा विचार करीत नाही की, ज्या मनुष्यासाठी ही सारी शास्त्रे, त्याची सुखदु:खे, त्याच्या आशाआकांक्षा, त्याची प्रगतीची धडपड यांचा यथार्थ बोलपट हे वाङ्मयच दाखवीत नाही का? अर्धवट मिटलेल्या डोळ्यांनी उतारूची वाट पाहणाऱ्या दरिद्री टांगेवाल्यापासून तो भर दुपारी तशाच डोळ्यांनी डॉक्टराची वाट पाहणाऱ्या श्रीमंत रोग्यापर्यंत प्रत्येकाचे मन म्हणजे एक विशाल विश्वच असते. या जगात उदात्ततेची गगनचुंबी शिखरे आहेत, तशा प्रवाहपतित्वाच्या नद्याही आहेत. भूकंपाचे धक्के, ज्वालामुखीचे स्फोट, सहारासारखी वालुकामय मैदाने यांचे अस्तित्व जसे या जगात आहे, त्याप्रमाणे सुंदर वनश्री, रमणीय मंदिरे आणि धनधान्यांनी समृद्ध असे प्रदेशही त्याच्यात आहेत. अशा कोट्यवधी मनोविश्वांचे सर्वस्पर्शी विश्लेषण ललित लेखकाखेरीज दुसरा कोण करू शकेल? ललित वाङ्मय ही प्रतिभासंपन्न लेखकांना पडणारी स्वप्ने असतील; पण या स्वप्नांतच मानवजातीचे अनुभव आणि अपेक्षा उत्कटत्वाने उठून दिसत असतात.

शास्त्रीय वाङ्मयाखेरीज समाजाचा तरणोपाय नाही असे म्हणणारांची समजूत मनुष्य अन्नावर जगत असला तरी त्याला हवा लागतेच लागते असल्या विधानाने घालता येईल; पण आजच्या अनेक प्रमुख मराठी ललित लेखकांचा लेखनविषयक दृष्टिकोन पाहिला तर तो आपली वाङ्मयसृष्टी हा सत्यसृष्टीचा सवता सुभा मानण्याकडेच आहे. त्यांचा गुरुमंत्र एकच! ललित वाङ्मय ही गंधर्वसृष्टी आहे. (Literature is an escape from life.) जणू काही ललितकृती म्हणजे एखादी आवाजाशी असहकारिता पुकारणारी खोलीच! बाहेरील जगाच्या आरडाओरड्याचे वा आक्रोशाचे ध्वनी आत येऊन तेथील रंगाचा भंग व्हायला नको. जे लिहायचे ते गंधर्व-नगरीतील आनंदाचा उपभोग घेण्याकरता. ललित लेखनाचा खटाटोप का करावयाचा? तर शब्दब्रह्म प्रसन्न होऊन त्याने कुंभकर्णाला मिळालेल्या निद्रेसारखी शांती द्यावी म्हणून!

ललित वाङ्मय ही एक प्रकारची भांग आहे असाच या लोकांचा समज झालेला दिसतो. सत्यसृष्टीचा विसर पडण्याकरता जगात एक प्रकारचा उन्माद हवाच हवा असे यांचे म्हणणे. हा कैफ महाग व्हिस्कीने आला तर ते उच्च दर्जाचे वाङ्मय आणि पाच पैशाला पावशेर मिळणाऱ्या माडीने आला तर ते निष्कृट वाङ्मय, असा बहुधा त्यांचा हिशेब असावा. पण खरोखरीच ललित वाङ्मय ही संसारतापामुळे प्रतिभेला होणाऱ्या उन्मादवायूतील मनोरंजक बडबड आहे का? 'शाकुंतला'पासून 'सेंट जोन'पर्यंतची नाटके आणि 'डेव्हिड कॉपरफील्ड' पासून 'अँड् क्वाएट फ्लोज् धी डॉन्'पर्यंतच्या कादंबऱ्या या केवळ संसाराच्या दगदगीने कंटाळून किरकिर करणाऱ्या प्रौढांना द्यावयाच्या अफूच्या सुंदर गोळ्याच आहेत काय? 'प्रतिभासाधना'त प्रो. फडके म्हणतात, "गडकरी व सामाजिक सुधारणा किंवा कोल्हटकरांची नाटके व सामाजिक सुधारणा असे विषय घेऊन त्या नाटककारांनी सामाजिक सुधारणेचे कार्य केले असे प्रतिपादन करण्याचा कोणी उपक्रम केला की मला हसू येते." कोल्हटकर- गडकरी यांनी आपल्या नाटकातून जितक्या स्पष्टपणे विचारप्रदर्शन करायता हवे होते तितके ते केले नाही म्हणून हा उपक्रम त्यांना हास्यास्पद वाटतो असे मात्र नाही. व्यवहारी अपूर्णांक व हिंदी संगीत, माशांचे खत आणि नृत्यकला, हे विषय व्याख्यानाला घेण्यासारखे काही तरी हास्यास्पद या विषयात आहे, अशी त्यांची समजूत आहे. शॉ, गॅल्सवर्दी, इब्सेन वगैरे नाटककारांचा समाजसुधारणेशी जो हरघडी संबंध जोडला जातो तो पाहून त्यांचे हे हास्य अधिक स्फुट अगर अस्फुट होते, हे कळण्याला प्रतिभा-साधनात फारसा पुरावा नाही.

साहित्याच्या कलांगावर प्रभुत्व असलेल्या प्रतिभासंपन्न लेखकांना कलेचे विचाराशी लागणारे लग्न इतके नापसंत का व्हावे? कदाचित असे असेल, त्यांच्या मते कला ही मूळची गगन-विहारी अप्सरा! तिने तत्त्वासारख्या मृत्युलोकातल्या

एखाद्या मनुष्याशी जन्माची गाठ बांधून घेणे म्हणजे मूर्खपणाच! उर्वशी शेवटी पुरुरव्याच्या हातावर तुरी देऊनच गेली नाही का? विद्युल्लतेचे खरे नृत्य जसे आकाशातच पाहावे त्याप्रमाणे कलेचा स्वच्छंद विलासही अनिर्बंध स्थितीतच अत्यंत आकर्षक होतो. अशा वेळी केशवसुतांनी आपल्या एका प्राथमिक कवितेत काढलेले उद्गारही त्यांच्या बाजूने साक्षीदार म्हणून पुढे येतात —

'अशी असावी कविता, फिरून
तशी नसावी कविता, म्हणून
सांगावया कोण तुम्ही कवीला
आम्हाला मोठे? पुसतो तुम्हांला
लाडीगुडी चालव लाडकीशी
अशा तऱ्हेने, जरि हे युव्याशी
कोणी नसे सांगत, थोर गौरवे
का ते तुम्ही सांगतसा कवीसवे?

* * *

कवीस सोडा कवितेबरोबरी
न जाच वाटेस तयाचिया तरी
तयाचिया हो खिडकीचिया, उगे,
खाली तुम्ही जाउनि ही रहा उभे.
तिच्या तयाच्या मग गोड लीला
ऐकूनि, पावाल तुम्ही मुदाला?'

सारांश, रसिक समाजाचा जास्तीत जास्ती हक्क काय तो ललित लेखक कल्पनाकामिनीबरोबर क्रीडा करीत असताना त्याच्या खिडकीखाली उभे राहण्याचा! तिथून बिचाऱ्याला दिसणार तरी काय आणि स्पष्ट असे ऐकू तरी काय येणार? कारण बोलून चालून ते प्रणयसंवाद असायचा! तशातून या दम्पतीने खिडकीतून काही निर्माल्य खाली टाकले तर बिचाऱ्या रसिकाची जाता जाता पूजा व्हायची! अशा वेळी चूळ भरण्याची या जोडप्याला लहर आली तर मग विचारायलाच नको. घरी जाऊन सचैल स्नान करण्याचे बक्षीस या रसिकतेला हटकून मिळायचे! अमुक विषय कवितेला योग्य नाही, तमुक तऱ्हेने नाट्यरचना करू नये वगैरे परंपरागत कृत्रिम बंधनांविरुद्ध बंड करण्याकरिताच केशवसुतांनी ही कविता लिहिली असावी असे दिसते. कारण त्यांच्या वैचित्र्ययुक्त कवितांतून सामाजिक सुखदुःखाचे सूरही चांगलेच ऐकू येतात.

'प्राप्तकाल हा विशाल भूधर

सुंदर लेणी तयात खोदा,
निजनामे त्या वरती नोंदा.'
'पूर्वीपासून अजुन सुरासुर
तुंबळ संग्रामाला करिती;
संप्रति दानव फार माजती,
देवांवर झेंडा मिरविती
देवांच्या मदतीस चला तर.'
'वैर तयाला, थप्पड बसता चोळिती जे गालांस
वैर तयाला, जे गरिबी शिकवितात बालांस'
'देवदानवा नरे निर्मिले हे मज लोका कळवू द्या.'

केशवसुतांसारख्या कल्पक कवीच्या काव्यातही नकळत सामाजिक जीवनाचे पडसाद कसे उठतात हे यावरून दिसून येईल. पण वादाचा मुख्य मुद्दा इथेच आहे. या कवितांत काव्य आहे हेच कित्येक कबूल करणार नाहीत, तर कित्येक कालिदासाच्या मेघदूताइतके हे काव्य टिकेल की काय म्हणून प्रश्न विचारतील. केशवसुतांनी कालिदासामागून जवळ जवळ दीडदोन हजार वर्षांनी जन्म घेतला असल्यामुळे दुसऱ्या प्रश्नाचे उत्तर निदान पस्तिसावे शतक उजाडल्याशिवाय देणे रास्त होणार नाही. पण केशवसुतांचे काव्य कालिदासाइतके टिकले नाही तर त्यांची प्रतिभा दुय्यम दर्जाची होती एवढेच त्यावरून सिद्ध होईल. त्यांनी आपल्या भोवतालच्या जीवनाची प्रतिबिंबे चित्रित करण्यात चूक केली, हा निष्कर्ष त्याच्यातून कसा निघणार? कालांतराने चित्र पुसट झाले तर तो रंगाचा आणि चित्रकाराच्या कलमाचा दोष; चित्रविषयाचा खास नव्हे.

कलादृष्टी हीच साहित्याची एकमेव कसोटी मानणारांचा युक्तिवाद अनेकदा मोठा गमतीचा असतो. ब्रह्मास्त्र म्हणून ते एक प्रश्न नेहमी प्रतिपक्षाच्या अंगावर फेकतात. 'शाकुंतलात गरिबांची दुःखे चित्रित केली नाहीत आणि मेघदूतात बहुजन समाजाचे गाऱ्हाणे गायिलेले नाही. परंतु त्यातील कलाविलास अमर नाही का?' शाकुंतल व मेघदूत वाचताना विसाव्या शतकातील मनुष्यालाही आनंद होतो, हे कुणीही मान्य करील. त्या आनंदाचा संबंध खादीपासून साम्यवादापर्यंत कोणत्याही प्रचलित लहानमोठ्या समाजप्रश्नाशी खास नाही. गर्भवती शकुंतलेशी आपला प्रेमसंबंध होता हे नाकारून दुष्यंताने कानांवर हात ठेवताच तिला स्वर्गात घेऊन जाणारी मेनका कालिदासाला शक्य कोटीतली तरी वाटली असेल. पण १९३५च्या असल्या शकुंतलेला आपले तोंड लपवायला आईचा मायेचा पदर तरी मिळेल की काय, याची शंकाच आहे. शेवटी एखादा अनाथ-महिलाश्रम हाच तिचा स्वर्ग व्हावयाचा. तथापि शाकुंतल आपण अद्यापीही आवडीने वाचता. मेघदूतातल्या

विरही यक्षाचे काव्यमय निःश्वास ऐकताना आजच्या घटकेलाही आनंद होत नाही असा कोण आहे? या आनंदाचा उगम मूलभूत मानवी मनोविकारातच आहे, याबद्दल तरी कुणाची तक्रार आहे? जीवनवादी ललित वाङ्मयात मानवी प्रेरणांवर व मनोधर्मांवर बहिष्कार टाकावा असे म्हणतो तरी कोण? जगातल्या कुठल्याही वाङ्मयातील मातृहृदयाचे चित्रण घ्या. त्याची बरोबरी करण्याचे सामर्थ्य गोर्कीच्या Mother या कादंबरीत आहे. असे असून ती कादंबरी लेखकाने आपल्या भोवतालच्या जळत्या जीवनाचे स्फुलिंग घेऊनच निर्माण केली नाही का? आमच्याकडील कलेच्या नाजूक प्रकृतीला न मानवणारे मतप्रचार- तत्त्वप्रतिपादनाचे लवंगा-वेलदोडे या कादंबरीत भरपूर आढळतील. असे असून केवळ कलांगात तरी तिची बरोबरी करणाऱ्या कादंबऱ्या आपल्याकडे कितीशा सापडतील?

खरे बोलायचे तर आमचे कलावंत याबाबतीत आत्मवंचना करून घेत आहेत. तत्त्वप्रतिपादनाचा प्रश्न आला की कॉलेजातल्या तरुण-तरुणींतून आणि आपल्या सुखवस्तू चार भिंतींतून जे ते उठतात ते तडक कण्वाश्रमातील शकुंतलेच्या पाठीमागे जाऊन दडतात. 'शाकुंतला'ची या विशिष्ट दृष्टीने चर्चा केली तर ती काही अंशी त्यांच्या विरुद्धच जाण्याचा संभव आहे. कालिदासाच्या तिन्ही नाटकांत विवाहित राजांच्या नव्या प्रणयाच्या कथा आहेत. असे होण्याचे कारण त्या वेळच्या समाजपरिस्थितीतच नसेल का? दुर्वासांच्या शापाने दुष्यंताची स्मृती नाहीशी झाली ही क्लृप्ती कविकुलगुरूने लढविण्याचे कारण नाट्यपीनल कोडाप्रमाणे नायकाचा धीरोदात्तपणा कायम ठेवणे हे होते, की राजाश्रयाचे ऋण प्रेक्षकांच्या साक्षीने फेडण्याचा डाव त्यात होता? हे सारे प्रश्न बाजूला ठेवले तरी एक सहज दिसणारी गोष्ट शिल्लक राहतेच. कोहिनूर राजमुगुटात शोभतो; पण चमक्यांत चमकण्यापलीकडे ज्यांचा उपयोग नाही अशा क्षुद्र हिरकण्यांनी तोच हट्ट धरणे वेडेपणाचे नाही का का होणार? आजच्या उठल्या सुटल्या लेखकाला जर कालिदासाइतकी प्रतिभा प्रसन्न होऊ लागली तर शाकुंतल व मेघदूत वाचण्याचे श्रम पुढील पिढी घेईल तरी का? कालिदासाप्रमाणे शेकडो प्राचीन कवींनी कलाप्रधान लेखन केले असेल. पण त्याचा मागमूससुद्धा उरलेला नाही. शिवाय भवभूतीच्या उत्तररामारणातील सीतात्यागाचा प्रसंग जेवढा हृदयस्पर्शी तेवढाच गॅल्सवर्दीच्या 'स्ट्राइप' नाटकातील रॉबर्ट्सच्या बायकोच्या मृत्यूचाही नाही का? घरी बायको मरणाच्या दारी पडली असताना कर्तव्य म्हणून रॉबर्ट कामगारांच्या सभेला जातो. आता हा सुंदर प्रसंग एका हेतुप्रधान नाटकात आला असल्यामुळे त्याची किंमत कमी होत असेल तर ती गोष्ट निराळी!

खरी काव्यदृष्टी क्ष-किरणांहूनही भेदक असते. सौंदर्याची सर्व स्वरूपे तिला क्षणार्धात आत्मसात करता येतात यात नवल नाही. पण कुरूपतेचे शल्यही त्यामुळे अत्यंत तीव्रतेने तिला टोचत बोचत राहते. जगातील ही कुरूपता नाहीशी व्हावी

म्हणून जी तिची धडपड चालते तिलाच ध्येयसृष्टी म्हणायचे. ही धडपड वास्तवाशिवाय दुसऱ्या कशाच्या आधारावर चालणार? स्वत:च्या दु:खांइतकी इतरांची दु:खे चटके देऊ लागली, साऱ्या मानवजातीविषयी एखाद्या व्यक्तीप्रमाणे जिव्हाळा उत्पन्न झाला, मानवधर्माचे खोल दडून बसलेले बोल ऐकू येऊ लागले म्हणजे तिचा खरा विकास प्रत्ययाला येतो. काव्याचे-ललित वाङ्मयाचे जग व्यवहारी जगाहून निराळे खरे; पण ते याच जगातून निर्माण व्हावयाचे असते. वास्तव जीवनाचे सोने, विचाराचा प्रज्वलित अग्नी आणि कलाकुशल सुवर्णकाराची निर्माणशक्ती यांच्या त्रिवेणी संगमावाचून शारदेच्या भांडारात मोलाची भर घालणारा अलंकार तयार होणेच शक्य नसते.

आमचे आजचे कलावंत यातील पहिल्या अंगाकडे थोडेसे लक्ष पुरवितात व तिसरे अंग म्हणजेच साहित्याचे सर्वस्व असे मानतात. कॉलेजातल्या कितीही तरुणांची चित्रे त्यांनी काढली तरी त्यात स्वप्नरंजित प्रणयाच्या छटांखेरीज दुसरा रंगच आढळणार नाही! पण खऱ्याखुऱ्या कॉलेजच्या विद्यार्थ्यांशी कुणाचीही गाठ पडो. चार मुलांपैकी एखादा तरी 'शिकून तरी पुढं काय करायचं बुवा?' असा मनात खळबळ उडविणारा प्रश्न केल्याशिवाय राहत नाही आणि ज्याच्यावर प्रेम बसले त्याच्याशीच लग्न होण्याचे भाग्य असणाऱ्या कादंबऱ्यांतील सुंदर तरुणी! सत्यसृष्टीत त्यांचे नमुने शोधून काढण्यापेक्षा एव्हरेस्टचा शोध लावणे बरे, असेच कुणालाही वाटायचे!

हे झाले जीवनाचे निरीक्षण. कलेला विचार करायला लावणे म्हणजे गजगती रमणीवर सत्तावीस मैल धावण्याच्या शर्यतीत भाग घेण्याची सक्ती करण्यातलाच प्रकार होय असे अशा लेखकांचे मत असायचे! राहता राहिला तिसरा, रचना-कौशल्याचा भाग. नायक-नायिकेची भेट नव्या रीतीने कशी घडवायची? ती शेजारी राहत होती, कॉलेजमध्ये एका वर्गात जात होती, या अगर असल्या नित्याच्या गोष्टींत कला कुठे आहे? अर्थात दोघांपैकी कुणाला तरी अपघात घडलाच पाहिजे. मोटार, टांगा, सायकल वगैरे सर्व लहान-मोठे गोड अपघात मराठी वाङ्मयात होऊन चुकले आहेत. तेव्हा लवकरच विमानाचा अपघातही साहित्यात होईल असा रंग दिसतो. नायिका डॉक्टरीण दाखवून तिच्या बंगल्याच्या कंपाउंडातच नायकाचे विमान कोसळले तर हा आरंभ नावीन्यपूर्ण व्हायला काय हरकत आहे?

याचा अर्थ उत्कंठावर्धक मांडणीकडे लेखकाने दुर्लक्ष करावे असा मुळीच नाही. पण स्त्रीची वेषभूषा हे जसे तिचे रूप नव्हे त्याचप्रमाणे या अभ्याससाध्य व काही अंशी यांत्रिक गोष्टी म्हणजे कल्पकता नव्हे. प्रतिभेचा विहिरीला तंत्राचे पम्प लावून शारदेच्या बागेत जिकडे तिकडे फुलेच फुलविण्याची कल्पना थोडी हास्यास्पद नाही का?

अशा विचित्र कल्पना प्रचलित होण्याची कारणे अनेक आहेत. 'काव्यं यशसेऽर्थकृते' हे मम्मटापासून चित्रशाळेच्या वासुकाका जोश्यांपर्यंत सर्वांना थोडे फार मान्य आहेच. (श्री. जोशी यांच्या मासिकांकडून कवितेला मोबदला मिळणार नाही, असा इशारा लेखकांना दिला जात असे. अर्थात कवीचे नाव कवितेवर छापून त्याला कीर्ती देण्याला मात्र त्यांची ना नाही!) कीर्ती व पैसा ही ग्रंथलेखनाला प्रेरक व्हावीत, हे आजच्या समाजस्थितीला धरूनच आहे. दुर्गम गिरिशिखरावर वास करणारी यशोदेवता व सागरकन्या लक्ष्मी या एकमेकींच्या जवळ राहत नसल्या तरी त्यांचे तरुण मनाला सारखेच आकर्षण वाटते यात संशय नाही. या दोघींत कीर्तीच्या मागे लागणाराची अनेकदा फसवणूक होत असेल; पण ती इतरांकडून! कीर्ती ही सुसंस्कृत वाचकवर्गाच्या पसंतीची मुद्रा असल्यामुळे तिच्या मागे लागणाराला मधून मधून डोळे उघडून तरी पाहावे लागते; पण एक लघुकथा म्हणजे एक सुंदर सूट अगर एक नाटक म्हणजे एक मोटार अशा तोंडच्या हिशेबाच्या तालावर लेखनकला नाचू लागली म्हणजे बाजारी पसंतीपेक्षा तिला अलीकडचे काहीच दिसत नाही. सरस्वती लक्ष्मीची दासी झाली की तिच्या सुंदर वाहनाला चिखलात समाधी मिळालीच म्हणून समजावे. या चंचल लक्ष्मीबरोबर नाचतानाच सरस्वतीची पुरेवाट व्हावयाची! मग मधुर वीणावादनाला अनुकूल असे मन:स्वास्थ्य तिने बिचारीने कुठून मिळवावे?

स्त्रीचे कार्यक्षेत्र चूल आणि मूल असे म्हणणाऱ्यांची दृष्टी आपणाला संकुचित वाटते. कलावंत साहित्यिकांचे कार्यक्षेत्र सौंदर्य व आनंद, असे म्हणणारेही त्या दृष्टीने सनातनी साहित्यिकच नाहीत का? कलावंत लेखक हे या फुलावरून त्या फुलावर जाणारे व मिळेल त्या मधाचा चट्टामट्टा करणारे फुलपाखरू नाही; ती मधमाशी आहे. ती मध गोळा करते; पण तो स्वत:करता नाही. आपल्या मधुसंचयाच्या आड येणाऱ्याला चांगला दंश करण्याची शक्तीही तिला असते. सौंदर्याचे स्तोम माजविणारांनी जगातील कुरूपतेकडे पाहिलेच पाहिजे.

आनंद निर्माण करण्याचा हव्यास बाळगणारांनी भोवतालच्या दु:खाकडे डोळेझाक करून कधीच चालणार नाही. कलावंत साहित्यिकाने विचारवंत झाले पाहिजे असाच आजचा काळ आहे.

इंग्लंडमधील बेनेट, वेल्स, गॅल्सवर्दी व शॉ हे चार लेखक घेतले तर त्यांची तुलनासुद्धा हेच दर्शवीत नाही का? या सर्वांत बेनेट खराखुरा धंदेवाईक लेखक. ग्रंथलेखनाच्या मंत्रतंत्राची उठाठेव त्याच्याइतकी कुणीच केली नाही. शारदेला प्रसन्न करण्याकरिता गंडे, ताईत, दोरे यांच्या शोधात होतकरू लेखक नेहमी असतातच, त्यांना मागणीप्रमाणे या साहित्याचा पुरवठा बेनेटने भरपूर केला. 'Mile Stones', सारखे नाटक किंवा 'Five Towns' - विषयीच्या त्याच्या कथा त्याची निरीक्षणशक्ती व कलागुण नि:संशय दर्शवितात. पण लिहिण्याच्या टेबलावर जमाखर्चाची चोपडी

घेऊन बसायची सवय झाल्यामुळेच की काय त्याचे बरेचसे लिहिणे बाजारी झाले. त्याच्या मृत्यूला किती थोडे पावसाळे लोटले? पण इतक्यात त्याचे नाव धुऊन नाहीसे झाले असेच वाटू लागले आहे.

वेल्स, गॅल्सवर्दी आणि शॉ हे तिघेही बेनेटच्या मानाने ध्येयवादी. वेल्समध्ये पढिकाचे पांडित्य, गॅल्सवर्दीमध्ये न्यायाधीशाची समतोल वृत्ती व शॉमध्ये कुशल शस्त्रवैद्याची बुद्धी प्रतीत होते. या तिघा लेखकांची वाङ्मयगुणांच्या दृष्टीने कदाचित तुलनाही होणार नाही. पण आजच्या समाजाच्या घडामोडी जिव्हाळ्याने पाहून आणि विचाराने पारखून त्यातील मानवी अंतरंगावरच थोड्या फार प्रमाणात त्यांनी आपली साहित्यसृष्टी उभारली आहे. या सर्वांत शॉ पट्टीचा वादकुशल असल्यामुळे त्याच्या नाटकात कला नाही, असा आक्रोश करण्याचा प्रघात पडला आहे. लेखन हा खाणावळीप्रमाणे टापटिपीने व गिऱ्हाइकाला खूश करील अशा रीतीने करण्याचा धंदा आहे असे मानणाऱ्या एखाद्या क्लेटन हॅमिल्टनने खुशाल तसे म्हणावे. पण इंग्रजी नाटककारांत शेक्स्पिअरच्या नावाने अनामिका पडली तरी तिच्या जवळचे बोट शॉकडेच दाखविले पाहिजे असे अजूनही जगातील रसिक पंडितांचे मत आहे.

प्रचलित समाजाचे सर्वस्पर्शी व सत्य चित्रण वाङ्मयसौंदर्याला मारक न होता प्रेरकच होते, याचे झगझगीत उदाहरण रशियातील लेखक चतुष्ट्याचे आहे. हे चौघे लेखक टर्जीनेव्ह, डोस्टोव्हस्की, टॉलस्टॉय व गोर्की हे होत. बेनेटसारख्या धंद्याची दृष्टी असणाऱ्या लेखकाने टर्जीनेव्हचा जगातला एकच एक पूर्णतेला पोचलेला कलावंत कादंबरीकार म्हणून गौरव केलेला आहे. पण त्याच्या सुप्रसिद्ध 'Fathers and Sons'. 'Virgin Soil' इत्यादी कादंबऱ्यांत काय आढळते? काव्यमय चौकटीत बसविलेली पौराणिक व ऐतिहासिक शिळी स्वभावचित्रे, अदभुतरम्य प्रणयकथा, की आरामखुर्चीवर सुखासीनपणाने पडून पाहिलेली सुखस्वप्ने? मुळीच नाही. 'Fathers and sons' - मधील नायक बॅजेरॉव्ह हा टर्जीनेव्हच्या वेळच्या निहिलिस्ट तरुणांचा प्रतिनिधीच आहे म्हटले तरी चालेल. समाजाकरिता तळमळणाऱ्या, जुन्यात श्रद्धा व शक्ती घेण्यासारखे काहीच न उरल्यामुळे नव्याकडे उत्कंठेने पाहणाऱ्या रशियन तरुणांच्या आकांक्षांचे हे चित्र केव्हाही व कुठेही रमणीयच वाटेल. Virgin Soil मधील नायक नेज्डेनॉव्ह हा नुसता काव्यात्मा आहे. समाजाच्या पुनरुज्जीवनाला लागणारे कणखर कर्तृत्व त्याच्या कोवळ्या काव्यात्मतेत नसल्यामुळे त्याचा कसा कोंडमारा होतो याचे हृदयंगम करुणचित्र या कादंबरीत पाहावयाला मिळते. रशियाच्या तत्कालीन राजकीय व सामाजिक परिस्थितीचा वैचित्र्यपूर्ण चित्रपट यथातथ्य रंगवूनही टर्जीनेव्हची काव्यकला या कादंबरीत कृष्णपक्षाकडे कलली आहे असे कुणालाच म्हणता येणार नाही.

डोस्टोव्हस्की फासावर लटकून त्याच्या प्रभावशाली प्रतिभेला जग मुकायचे

अशीच परिस्थिती त्याच्या तरुणपणी आली होती. पण सुदैवाने प्राणावरचे संकट मुदतीच्या हद्दपारीवर निभावले. त्याच्या कादंबऱ्यांतून मूर्तिमंत वास्तवता विहार करते; मात्र तिला भिऊन कला आणि कल्पना कुठे पळून गेल्या नाहीत अगर दडूनही बसल्या नाहीत. 'Crime and punishment' ही त्याची एकच कांदबरी वाचली की जीवनातून स्फुरलेले वाङ्मय आणि कृत्रिम कलेने निर्माण केलेले वाङ्मय यांच्यातील फरक चटकन दिसून येतो. नायक खुनी आणि नायिका शरीरविक्रय करणारी! पण त्यांच्या अंतरंगाचे दर्शन किती हळुवारपणाने कादंबरीकाराने करविले आहे! आमच्या कादंबऱ्यांत नायक सहसा खून करणारच नाही. फार तर कादंबरीकाराच्या कृपेनेच झालेला खून शोधून काढून तो या शोधाचे बक्षीस म्हणून सुंदर बायको मात्र पटकावील! आमच्या कथांतून वेश्या आली तरी तिचे सहानुभूतियुक्त चित्रण सहसा आढळायचे नाही! जास्तीत जास्त म्हणजे एखादा नायक वेश्येच्या सुंदर मुलीशी लग्न करील. पण तिच्या आईचे जीवन? त्याला काय त्याचे?

टॉलस्टॉयचे लेखन पुढे पुढे स्वप्नाळू तत्त्वज्ञानाकडे झुकले असले, तरी रशियन समाजातील सर्व सोंगेढोंगे त्याने अंत:करणाच्या तळमळीने चित्रित केली आहेत. वैचित्र्यपूर्ण रशियन जीवन, राज्यव्यवस्था आणि समाजव्यवस्था यांच्याकडून न्याय व समता यांची होणारी विलक्षण विडंबने, संपत्ती व संस्कृती यांचे गगनचुंबी मनोरे उभारण्याकरता त्यांच्या पायात अगदी पाताळापर्यंत गाडले गेलेले गरीब शेतकरी या सर्वांची निरुपम चित्रे त्याने रेखाटली आहेत. ढोंग, बुरखा, आडपडदा या शब्दांची किळस येण्याइतके प्रभावी त्याचे लेखन आहे. तत्त्वप्रतिपादनाने परिपूर्ण असूनही त्याच्या लेखनात कलेचा कोंडमारा कुठे झाला आहे?

गोर्कीचे उदाहरण म्हणजे या जीवनप्रधान कलामंदिरावरील कळसच. Twenty-six men and a girl हे त्याच्या एका गोष्टीचे नाव ऐकूनसुद्धा त्याचा निषेध करण्याकरिता आपल्याकडील एखादे सनातनी मासिक खास अंक काढण्याच्या तयारीला लागेल. त्याच्या दुसऱ्या एका गोष्टीत प्रवासात रस्त्यावर प्रसूत व्हाव्या लागणाऱ्या एका गरीब स्त्रीचे हृदयभेदक चित्र आहे. अशी दुर्दैवे आपल्याकडेदेखील अगणित आहेत. परंतु कंपित हृदयाने पण निश्चल डोळ्यांनी ती पाहून चित्रित करणारा गोर्की आपल्यात कुठे आहे? हे त्याचे नाटक कैफ आणणाऱ्या कृत्रिम कलेचे सर्व नियम धुडकावून लावते. समाजाच्या तळाचा सर्व गाळ-स्वत:ची तहान भागविण्याकरिता सत्ताधारी श्रीमंतांनी पाणी वस्त्रगाळ करून घेतल्यामुळे साचत गेलेला गाळ – The Lower Depths या नाटकात त्याने किती सहृदयतेने दाखविला आहे! 'आपण जिवंत का आहोत हे कोडे ज्यांना सुटत नाही असे शेकडो लोक या जगात आहेत,' 'पायात घालायला बूट नसले तर तिथे काही अब्रूचा नि इभ्रतीचा उपयोग होत नाही,' 'भुकलेल्या कुत्र्याचा फक्त मांसाच्या तुकड्यावरच

विश्वास बसतो' इत्यादी या नाटकातली वाक्ये सुंदर स्त्रीच्या वर्णनापेक्षाही मनाची अधिक पकड घेत नाहीत का? गोर्कीला नोबेल प्राइझ न देण्यात मोठा अन्याय झाला आहे असे जगातील प्रमुख रसिकांचे मत आहे. समाजवादी विचारसरणीच्या जोडीला नवे विश्व निर्माण करण्याची कला असल्याशिवाय का हा करभार त्याला मिळाला असेल?

प्राचीन मराठी कवींनी कलेप्रमाणे विचारप्रवर्तनाच्या कामीही आपल्या लेखनशक्तीचा उपयोग केला आहे. पण लंगोटी लावून फिरणारे रामदास आणि व्यापारात बुडणारे तुकाराम यांचे दाखले आमचे आधुनिक भोगवादी कलावंत मानायलाही तयार होणार नाहीत! चिपळूणकरांनी भाषाभिमानाने मराठी गद्याचा पाया घातला तेव्हा तो पक्का व्हावा म्हणूनच की काय आगरकरांच्या नव्या विचारांनी तो भरून निघाला. आजच्या मराठी साहित्याची जिवंत परंपरा अशी आहे. गेल्या साठ वर्षांच्या काळात उच्च दर्जाचे कलावंत असूनही ज्यांनी विचारप्रवर्तनाचा पुरस्कार केला अशा लेखकांत हरी नारायण आपटे, श्रीपाद कृष्ण कोल्हटकर, वामन मल्हार जोशी व भार्गवराम विठ्ठल वरेरकर यांची नावे प्रमुखत्वाने घेता येतील. हरिभाऊंपाशी कादंबरीचा कायम ठसा नव्हता हेच त्यांच्या कलाशक्तीचे मोठे लक्षण नाही का? त्यांची काव्यशक्ती पाहायची असेल तर 'वज्राघात' कादंबरीचे पहिले प्रकरण वाचावे. कापड दुकान व शिंप्याचे दुकान यातील बारकावे त्यातील मेहेरजानचे वर्णन वाचून कळणार नाहीत हे खरे! पण या प्रकरणातील चांदण्या रात्रीचा नौकाविहार मराठी भाषेला भूषणभूत होऊन राहील. असे कलानैपुण्य अंगी असूनही हरिभाऊंनी मतप्रतिपादक कादंबऱ्या लिहिल्या, मध्यमवर्गातील स्त्रियांची गाऱ्हाणी निद्रिस्त समाजाला ऐकवून त्या वर्गाला जागे केले आणि देशसेवेसाठी सर्वस्वाचा सर्वांहून उन्मादक असलेल्या रमणीप्रेमाचा त्याग करणारा भावानंद निर्माण केला. श्रीपाद कृष्ण कोल्हटकरांच्या प्रतिभेवर वास्तवापेक्षा अद्‌भुतरम्यतेचा पगडा जास्ती. अशा साहित्यिकाला मतप्रतिपादन हा कलेच्या गळ्यातील अलंकार न वाटता लोढणे वाटावे. पण त्यांनी निष्ठेने समाजसुधारणेचा पुरस्कार केला. मतप्रतिपादनाच्या धोंड्याने त्यांच्या कलेचा कपाळमोक्ष झाला असेही नाही. अस्पृश्यतेवर कादंबरी लिहावयाचे ठरविल्यामुळे त्यांच्या श्यामसुंदरमधील बाललीलांचे वर्णन कमी सरस उतरले आहे असे कोण म्हणेल? त्यांच्या 'सुदाम्याच्या पोह्या'तील खमंगपणाचे श्रेय तर त्यांच्या समाजविषयक आस्थेलाच दिले पाहिजे.

वामनराव जोशी व भार्गवराम वरेरकर या विद्यमान साहित्यिकांच्या ललितकृतीही हेच दर्शवितात. 'सुशीलेच्या देवा'त काही कलाविषयक दोष असतील; पण या कादंबरीइतक्या विचारप्रधान नसलेल्या 'नलिनी'त ते हिच्यापेक्षाही अधिक नाहीत का? 'इंदु काळे व सरला भोळे' या रम्य कादंबरीत गेल्या दशकात महाराष्ट्रीय

जीवनात खळबळ उडविणारे प्रश्न चर्चेला घेतले आहेत; पण प्रश्नांच्या मोठ्या माशांनी कला, स्वभाव, रेखन, वाग्विलास वगैरे लहान मासे खाऊन टाकले आहेत असे कुठेच दिसत नाही. वरेरकरांच्या 'विधवा कुमारी', 'हाच मुलाचा बाप', 'धावता धोटा', 'सोन्याचा कळस' वगैरे कृती घेतल्या तरी त्यातही त्यांच्या मतामुळे कलेला ग्रहण लागेल असे कुठेच दिसत नाही.

ललित लेखकाने आपली कलादृष्टी नेहमी जागृत ठेविली पाहिजे यात संशय नाही. एखादे परदेशी मॉडेल आणून नकला करण्यापेक्षा लेखकाच्या प्रतिभेतून प्रकट होणारी जिवंत कला अधिक सरस यात शंका नाही. पण आजच्या घटकेला स्टीफान झ्वाइग्‌ची हळुवार लेखनशैली, युलिसिस लिहिणाऱ्या जेम्स जॉइसची विलक्षण नवसृष्टी अगर सूक्ष्मदर्शक यंत्रातून निरीक्षण केल्याप्रमाणे मध्यम वर्गाचे चित्रण करणाऱ्या सिंक्लेअर लुईसची वर्णनशक्ती यांचे डोळस अनुकरण आपल्याकडे झाले तरी ते सुद्धा हवेच आहे. मात्र लहान मुलांनाच खरी वाटतील असली पोरकट रहस्ये, वाचकाच्या भोगलोलुप वृत्तीचा फायदा घेऊन त्याचे आकर्षण करणारी उत्तान वर्णने, कथानक चालावे म्हणूनच उत्पन्न होणारी पात्रे आणि त्यांची परिवर्तने, मृगजळासारखा खोटा आभास उत्पन्न करणारे तत्त्वज्ञान, हे कलेच्या नावाखाली खपता कामा नये. वास उडून गेल्याबरोबर मातीमोल होणाऱ्या स्वस्त काबुली हिंगाची व असल्या यांत्रिक कलेची किंमत सारखीच. आजच्या जगात कलेला खऱ्याखुऱ्या जीवनाची जीवनविषयक तत्त्वज्ञानाची जोड अवश्य हवी. कलाविलास म्हणजे काही नुसते हळदी-कुंकू नव्हे की तिथे कलेच्या कपाळी सौभाग्याचा टिळा लागला म्हणजे सात जन्मांची राखण झाली! जोडप्याने बरोबर गेले पाहिजे असा आधुनिक समारंभ आहे तो! तिथे बक्षिसे द्यायची असतील तर ती खुशाल कलेच्या हातून द्यावीत; पण हा समारंभ संमिश्रच असला पाहिजे.

ललित वाङ्‌मयात जीवनविषयक तत्त्वज्ञानाची आवश्यकता मान्य केल्याने सर्व प्रश्न सुटतात असे मात्र नाही. साहित्यिकाचे जीवनविषयक तत्त्वज्ञान त्याच्या सामाजिक परिस्थितीवरूनच ठरते. आपले बहुतेक ग्रंथकार पांढरपेशा मध्यम वर्गातील असल्यामुळे व आपल्या समाजरचनेला तुरुंगातल्या अंधारकोठड्यांचे स्वरूप आले असल्यामुळे त्यांना आपला वर्ग म्हणजेच आपला समाज वाटणे स्वाभाविक होते. यामुळेच त्यांच्या तत्त्वज्ञानाला बहुधा वृक्षावर चढून त्याला शोभा देणाऱ्या वेलीऐवजी बांडगुळाचे स्वरूप येते. गडकरी यांचे 'एकच प्याला' पाहताना त्यातील सुधाकराबद्दल आपण हळहळतो. सिंधूसाठी आपण रडतो. गडकरी यांच्या काव्यशक्तीचा तो प्रभाव आहे. पण खरोखरच सुधाकराची वसंत व्याख्यानमालेतच शोभतील अशी व्याख्याने ऐकून मद्यपानाच्या व्यसनाच्या मूलभूत कारणांचा आपणाला या नाटकात पत्ता तरी लागतो का? सुधाकराला दारूचे व्यसन लागण्याचे जे कारण दिले आहे

ते सर्वसामान्य मानवी स्वभावाच्या दृष्टीने कितीसे खरे वाटते? सर्व स्वाभिमानी माणसे अपमानाची आग सुखासुखी दारूत बुडवायला निघतील तर आपल्या मुंबई इलाख्याचे उत्पन्न कितीतरी कोटींनी वाढेल आणि शिक्षणप्रसाराच्या आड येणारा पैशाचा अभाव तरी दूर होईल! नाकासमोर जाणारा माणूस नकळत दारूला कसा बळी पडतो, तो दारूला सोडण्याचा प्रयत्न करीत असताना सुसरीप्रमाणे चिकटलेली ती बया त्याला कशी सोडत नाही, ज्या बायकापोरांसाठी एरवी तो मरायलाही तयार झाला असता, त्यांनाच तो मरेपर्यंत कसा मारतो, हे स्वाभाविक चित्र रेखाटायचेच असेल, तर त्याकरिता पुण्यातल्या वकिलांपेक्षा पुष्कळच पलीकडे पाहिले पाहिजे. मुंबईचा मजूर अगर शिरोड्याचा शेतकरी हाच अशा नाटकाचा नायक होण्याला या विशिष्ट दृष्टीने अधिक योग्य. पण मुंबईतल्या मोठ्या चाळीतल्या शेकडो खोल्यांत शेजारी शेजारी राहणारांना एकमेकांचा जसा पत्ता नसावा त्याप्रमाणे समाज संस्कृतींच्या जातीतसुद्धा जिथे आमचे दळणवळण नाही, तिथे पोटाच्या आगीत अहोरात्र भाजून निघणाऱ्या अगर दारिद्र्यदैत्याच्या मांडीवरच धडधडत्या छातीने डुलकी घेणाऱ्या वर्गाची आम्हाला कुठून दाद लागणार?

काव्यासारख्या सर्वांत अधिक कल्पनाप्रधान अशा वाङ्मयविभागातही जिवनविषयक निश्चित दृष्टिकोनाचा परिणाम कसा होता हे सहज दाखविता येईल. माधव ज्यूलियन यांची 'संगमोत्सुक डोह' ही कविता सर्वांच्या परिचयाची आहे. वैशाखात नदीचे पात्र कोरडे पडले आहे, अशा वेळी तिला प्रणयिनी मानणाऱ्या कृष्णडोहाला काय वाटत असेल याचे हृदयंगम चित्रण या गीतात दिसते. हेच दृश्य पूर्वकाळच्या एखाद्या संतकवीने पाहिले असते तर? त्या कृष्णडोहाची परमात्म्याशी तुलना करून कोरड्या पडलेल्या नदीच्या पात्राकडे पाहात तो उद्गारला असता,'कुठं आहे आता ते लाडीगोडी करणारे नदीचे पाणी? उन्हाळ्याचे संकट आल्याबरोबर सारे सगेसोयरे पळून गेले. आता निर्वाणीचा सोबती कोण? हा डोह परमात्मा!' इत्यादी इत्यादी. कृष्णडोहातल्या 'कृष्ण' शब्दावर श्लेष करण्याची संधीही त्याने दडवली नसती!

आजच्या समाजवादी कवीला या डोहाच्या काठावर नेऊन उभे केले तर संतकवीची विचारसरणी त्याला सुचेल का? घोड्यावर बसून रणांगणाकडे जाणारा शिपाई वाटेत क्षेत्रावर उतरून संन्यास घेईल असे म्हणण्यापैकीच हा प्रश्न आहे. या कृष्णडोहाकडे पाहून साम्यवादी कवीला वाटेल, 'हा डोह म्हणजे समाजातील ऐतखाऊ वरिष्ठ वर्गच नाही का? भोवतालच्या नदीच्या पात्राने वर्षभर जीव तोडून त्याला पाण्याचा पुरवठा केला. पण उन्हाळा येताच तहानेने मरणाऱ्या त्या पात्राला हा पाण्याचा थेंबसुद्धा द्यायला तयार नाही. पुन्हा पलीकडच्या पात्रातून पाणी वाहायला लागू दे. ते आपल्याकडे घ्यायला मात्र हा तयार हाईल. उगीच नाही याचे अंतरंग इतके काळेकुट्ट दिसत!'

लिहिणारा कवी प्रतिभासंपन्न असेल तर यांपैकी कोणत्याही दृष्टीने लिहिलेले काव्य वाङ्मयदृष्ट्या आनंददायकच होईल. तांबे रुद्राला आवाहन करताना म्हणतात -

'पाड सिंहासने दुष्ट ही पालथी
ओढ हत्तीवरुनही मत्त नृप खालती
मुकुट रंकासि दे, करटि भूपांप्रती
झाड खट् खट् तुझे खड्ग क्षुद्रा!'

प्राचीन कवीच्या कल्पनेने केवढेही रौद्रस्वरूप धारण केले असते तरी ते याच्याशी साम्य पावणे शक्य होते काय? हा कालमहिमा आहे. सध्याच्या समाजाच्या अंत:करणाशी समरस झालेल्या कविहृदयाचे उद्‌गार आहेत हे! प्राचीन काली राजाश्रयावर वाढलेल्या कालिदासाची प्रतिभा निसर्गत: तांबे यांच्यापेक्षा अनेक पटींनी संपन्न असेल. पण हे स्फूर्तिदायक बोल त्या वेळी तिच्या अंत:करणात उत्पन्न होणे शक्य होते असे कोण म्हणेल?

आजच्या वाढत्या मराठी वाङ्मयात जर कोणते वैगुण्य अतितीव्रतेने जाणवत असेल तर ते मानवी जीवनाकडे पाहणाऱ्या प्रगतिप्रेरक दृष्टीचा अभाव हेच होय. प्रणय हा मानवी सृष्टीचा जिवाभावाचा मित्र आहे, यात शंका नाही. कालिदासापासून स्टीफान झ्वाइग्‌पर्यंत त्याच्या भिन्नभिन्न सुंदर मुद्रांचे कोमल चित्रण होत आले आहे आणि पुढेही ते होत राहील. बाणाच्या कादंबरीतील जन्मांतरीच्या कथेची अद्‌भुतरम्यता Aldous Huxleyच्या The Brave New World मध्ये भविष्यसृष्टीचे वर्णन करताना प्रगट झालेली आढळेल. विदर्भातील भवभूतीच्या उत्तररामायणातील कारुण्यमूर्ती सीतेने वेसेक्समधील हार्डीच्या Tess सारख्या मानसकन्येच्या रूपाने अवतार घ्यावा यात नवल कसले? सहृदयता ही ललित वाङ्मयाची माता आहे हे कोण नाकबूल करील? कल्पकता ही सहृदयतेची सख्खी बहीण. दुर्बळ सहृदयतेकडून अपत्याचे पोषण होणे अनेकदा कठीण होते. अशा वेळी कल्पकता प्रेमाने त्याचा प्रतिपाळ करते आणि 'माय मरो पण मावशी जगो' ही म्हण सार्थ करून दाखविते. पण अशा रीतीने लाडात वाढलेले अपत्य जगाशी टक्कर मारण्याला समर्थ होईलच असे मात्र नाही. ललित लेखकाला जीवनविषयक व्यापक दृष्टिकोन हवा असे अट्टाहासाने म्हणण्याचे कारण हेच. आमचे अनेक लेखक यावर तुच्छतेने हसून म्हणतील, 'दृष्टिकोनाचे एवढे काय स्तोम माजवीत आहा तुम्ही? आम्हाला दृष्टिकोन आहे. हा कोन ॲक्यूट आहे तसा राइटही आहे. मग भाषाशुद्धीच्या काळात या शब्दांचे भाषांतर तुम्ही वाटेल तसे करा. आमच्या कथा, कादंबऱ्या, नाटके ही सारी सामाजिकच असत नाहीत का? पुरावाच हवा असेल तर कुठल्याही पुस्तकाचे मुखपृष्ठ पाहा. 'सामाजिक' हा शब्द त्यावर अगदी मोठ्या अक्षरांत छापलेला

असतो. बिचाऱ्यांच्या हे ध्यानीही येत नाही की 'हिंदुस्थानमा बनेलो' या छापाने खपविला जाणारा माल आणि यांचे 'सामाजिक वाङ्मय' ही दोन्ही एकाच लायकीची असतात. दोन्हींचेही भांडवल परदेशीच! आपल्या समाजात चाललेल्या घडामोडीची दाद असली तरच आमचे ललित वाङ्मय खरेखुरे सामाजिक होईल. पण खाली भूकंपाचे धक्के सुरू झाले असताना वेधशाळेच्या गच्चीवरून ग्रहांकडे दुर्बीण लावून पाहणाऱ्या व त्या निरीक्षणावरून जगाचे भविष्य वर्तविणाऱ्या ज्योतिषासारखीच आम्हा मराठी ललित लेखकांची स्थिती नाही का? जीवनसमुद्रावर प्रलयकालाप्रमाणे भासणारे आर्थिक वादळ सुरू झाले आहे; पण आम्ही अजून आपल्या नायक-नायिकांना कागदी होड्यांत बसवून चांदण्या रात्रीचा आनंद लुटण्याकरिता त्या समुद्रावर पाठवायला कचरत नाही! हरिभाऊ आपट्यांनी मध्यमवर्गाच्या सुधारणेत लक्ष घातले, श्रीपाद कृष्ण कोल्हटकरांनी धार्मिक जीवनातील अंधश्रद्धेवर कोरडे उडविले आणि गडकरी यांनी प्रणयरम्यतेचा पुरस्कार केला, हे सर्व कालदृष्ट्या ठीक होते. टिळकांची राजकीय आणि आगरकरांची सामाजिक मते हीच त्या वेळची आमची विचारसीमा नव्हती का? पण गेल्या पावशतकात जगात जेवढी क्रांती झाली आहे तेवढी मानवतेच्या इतिहासात कधी काळी झाली असेल की नाही, याची शंकाच आहे. यंत्रयुगाच्या उत्कर्षाने जगाचे रूपच पालटून गेले आहे. चौदा वर्षांनी पुन्हा दंडकारण्यात गेलेल्या रामचंद्राला त्याची ओळख पटू शकली नाही. मग प्रचंड महायुद्धाने, प्रगतीपर शास्त्रज्ञानाने आणि त्याच्यापेक्षाही प्रभावी अशा साम्यवादाच्या सप्रयोग होणाऱ्या तत्त्वज्ञानाने जगात जो बदल घडवून आणला आहे, सामाजिक सुधारणेला जी नवी दृष्टी दिली आहे, आजचा मानवजातीच्या अंतरंगावर क्ष-किरण पाडून वस्तुस्थितीचे जे पाठ शिकविले आहेत त्यांची मानवी जीवनाविषयी लिहिणाऱ्या लेखकांना कशी उपेक्षा करता येईल? टिळकांना गीतेतले तत्त्वज्ञान पारखण्याकरिता जागतिक तत्त्वज्ञानाच्या निकषावरच ते घासावे लागले. समाजात नवजीवन निर्माण करणाऱ्या आगरकरांनी डार्विन, मिल्ल, स्पेन्सर प्रभृती पाश्चात्त्य पंडितांच्या विचारांचा उपयोग केलाच की नाही? जातिभेदासारख्या मातीच्या भिंती दूरच राहू द्यात, पण धर्मभेदाच्या दगडी व अर्थभेदाच्या चिनी भिंतीसुद्धा या नव्या युगापुढे मान वाकवीत आहेत. या कालाचे यथार्थ आकलन करायला मार्क्स-फॉइड प्रभृती आधुनिक श्रेष्ठ शास्त्रज्ञांचा डोळस अभ्यास ललित लेखकांनी करायला नको काय?

मार्क्स आणि फ्रॉइड यांचा ललित लेखनाशी लावलेला संबंध अनेकांना बादरायण संबंधापैकी वाटण्याचा संभव आहे. मम्मटापासून मूल्टनपर्यंतचे साहित्यमीमांसक वाचणे योग्य आहे असे मात्र ते आनंदाने म्हणतील! मार्क्स आणि फ्रॉइड यांच्या अभ्यासाचा मी वर उल्लेख केला, त्याचा अर्थ फडके यांच्या कादंबरीतील नायकाने नायिकेला प्रेमपत्राऐवजी कम्युनिस्ट मॅनिफेस्टोची नक्कल करून पाठवावी, यशवंत

गोपाळ जोश्यांच्या गोष्टीतील आजीबाईंनी नातीची समजूत घालण्याकरिता फ्रॉइडचे कामविषयक सिद्धान्त पाठ म्हणावेत अगर अत्र्यांच्या नाटकातील एखाद्या पात्राने हातात रसेलचा फोटो घेऊन 'घराबाहेर' पडल्यानंतर देखील त्याला 'साष्टांग नमस्कार' घालीत सुटावे, असा मुळीच नाही. लेखक कळत नकळत भोवतालच्या जीवनाचे जे चित्रण करतो ते वास्तव ठरायला त्याला समाजाचे तात्त्विक व मूलग्राही निरीक्षण करता यायला नको का? नाहीतर वेश्यांच्या मुलींची लग्ने लावून वेश्याव्यवसाय नाहीसा होईल, म्हातारी खोडे मध्ये आली नाहीत तर हिंदुवृक्षाभोवती मुसलमानी लतेचे वेष्टन पडेल, स्त्रियांनी पतिपित्यांची पादत्राणाने पूजा सुरू केली की, स्त्री-पुरुषांची समता प्रस्थापित होईल, हरून-अल्-रशीदचे अनुकरण करणारा संस्थानिक निघाला म्हणजे हिंदी लंकांतून रामराज्य नांदू लागेल इत्यादी विलक्षण, विकृत वा विक्षिप्त विचारांचे पीक यायचे हे ठरलेलेच आहे. समाजापुढील प्रश्न पूर्वीपेक्षा फार बिकट आणि गुंतागुंतीचे झाले आहेत. ते सोडविण्याला परंपरेवरील अंधश्रद्धा, कविकल्पना अगर पुस्तकी शास्त्रसंकेत बिलकूल उपयोगी पडणार नाहीत. या प्रश्नांशी आमचा काही संबंध नाही असे म्हणण्याचे दिवसही निघून गेले आहेत. कलाप्राधान्याला महत्त्व देणाऱ्या प्रो. फडके यांनी आपल्या नव्या कादंबरीत स्त्रियांच्या आर्थिक व नैतिक स्वातंत्र्याचा निरनिराळ्या रीतीने खल करण्याचा प्रयत्न केलाच आहे की नाही? अशा स्थितीत ललित लेखकाला समाजाकडे पाहण्याची शास्त्रशुद्ध दृष्टी जर हवी असेल, तर मार्क्स अर्थशास्त्राच्या प्रोफेसरांनी वाचावा आणि फ्रॉइड डॉक्टरांनी पाहावा असे म्हणून त्याचे चालणार नाही. ललित साहित्य हे काही झाले तरी समाजनौकेचे सुकाणू! या जागेची जबाबदारी न जाणणे म्हणजे समाजद्रोह करण्यासारखेच नाही काय?

गेल्या साठ वर्षांतील मराठी लेखकांनी या कर्तव्याकडे दुर्लक्ष केले आहे असे मात्र मी मुळीच म्हणत नाही. पण हरिभाऊ काय अगर कोल्हटकर काय, त्यांच्या सामाजिक परिस्थितीने व दर्जाने त्यांचा निरीक्षणाचा कोनही निश्चित केला. 'श्यामसुंदर'मध्ये ब्राह्मण नायक हरिजनात जाऊन त्यांची सेवा व उद्धार करतो, असे कोल्हटकरांनी दाखविले, पण हे केव्हा घडले? तर परीक्षेत नापास होऊन बापाला भयंकर राग येण्याइतका मंदपणा श्याम दाखवितो तेव्हा! एका दृष्टीने हे समाजचित्र अगदी यथार्थ आहे. मध्यमवर्गातील परीक्षा चटचट पास होणारा बुद्धिवान मनुष्य खेड्यातील हरिजनांच्या रात्रीच्या शाळा चालवायला जातो असे चित्र ध्येयवाद म्हणून रंगविणे अजूनही धाडसाचे आहे. नारायण हरि आपटे, यशवंत गोपाळ जोशी वगैरे खालच्या मध्यमवर्गाचे प्रतिनिधी असलेले लेखक घेतले काय अगर प्रो. फडके, पु.य. देशपांडे यांच्यासारखे उच्च मध्यमवर्गाचे हृद्गत चित्रण करणारे लेखक घेतले काय, त्यांचे वाङ्मयगुण आकर्षक वाटतात; पण नव्या समाजसृष्टीची स्वप्ने त्यांना पडत नाहीत

आणि जी पडतात त्यांचा अर्थ कुठलीही स्वप्नकारिका करू शकणार नाही. 'सुखाच्या मूलमंत्रा'तील व्यायामाचा अगर 'पहाटेच्या काळोखा'तील शेतीचा उपदेश कागदावर वाचायला ठीक आहे. पण व्यवहाराशी त्याचा मेळ कसा बसणार? 'कोथिंबिरीच्या काड्यां'नी बहीणभावंडांची भांडणे मिटणे जर शक्य असते, तर लक्षावधी कुटुंबे सुखी करण्याकरिता कोथिंबिरीची मुद्दाम लागवड करणारे सामजसेवकदेखील निर्माण झाले असते! फडक्यांच्या 'दौलत'मधील निर्मला आय.सी.एस. धनंजयाला झिडकारून मेकॅनिकल इंजिनिअर असलेल्या अविनाशशी लग्न करते. पण अविनाश दुर्दैवाने एखादा साधा कारकून असता तर? कादंबरीकाराने त्याला गोव्याच्या लॉटरीतील पहिले तिकीट देऊन कदाचित निर्मलेची अडचण दूर केली असती! 'बंधनाच्या पलीकडे' गेलेला प्रभाकर प्रथमत: समाजावर यथेच्छ तोंडसुख घेतो; पण मैनेशी लग्न लागल्यावर मग त्याला बंधनाच्या अलीकडल्या समाजाची आठवणच होत नाही!

उच्च मध्यमवर्ग असो अगर खालचा मध्यमवर्ग असो, त्यांचे तोंड सद्य:स्थितीत वरिष्ठ वर्गाकडेच वळलेले असते. उच्च मध्यमवर्गाची स्थिती स्वर्गात जाऊ इच्छिणाऱ्या त्रिशंकूप्रमाणेच नाही काय? त्याच्या साऱ्या इच्छा वरिष्ठ वर्गाशी समरस होण्याच्या समाजशिखरावरील त्या वर्गाप्रमाणे निष्काळजी व विलासी जीवन कंठण्याच्या असतात. खालच्या मध्यमवर्गाची पाठ श्रमजीवी वर्गाच्या पाठीला अगदी लागलली असते खरी; पण ज्या संसारात दोन डोळे शेजारी असूनही त्यांची भेट होत नाही तिथे डोळे नसलेल्या पाठी नुसत्या स्पर्शाने एकजीव कशा होणार? उच्च मध्यमवर्गाच्या विलासी उड्या या वर्गाला शक्य नसल्यामुळे तो प्रचलित अंधनीतीचा पुरस्कर्ता व वरिष्ठ वर्गाकडे थोड्याशा उपहासाने पाहणारा होतो. सामाजिक रोगांवरील वरवरच्या मलमपट्ट्या याच वर्गातील लेखकांच्या दवाखान्यातून बाहेर पडतात.

या दोन्ही वर्गांतील सहृदय व कलाकुशल लेखकांनी आजपर्यंत आपल्या संकुचित क्षेत्राचे का होईना – भूतदयेने निरीक्षण केले आहे. मराठी भाषेच्या भावी इतिहासकाराला त्यांची नावे आदरानेच घ्यावी लागतील. पण आजच्या पिढीने त्यांच्या पावलांवर पाऊल टाकून जाणे केव्हाही इष्ट होणार नाही. वाहते पाणीच जसे पिण्याला योग्य त्याप्रमाणे प्रवाही जीवनातून निर्माण झालेले ग्रंथच समाजाला मार्गदर्शक ठरतात. पुस्तकापासून स्फूर्ती घेऊन निर्माण झालेले पुस्तक हे साठलेल्या पाण्याप्रमाणे निर्जीव, अशुद्ध व प्रसंगी उपद्रवीही होते! स्वतंत्र दृष्टीने आजची पिढी जर आपल्या सामाजिक जीवनाकडे पाहू लागली, तर तिला काय दिसते? आता नुसत्या भूतदयेच्या चित्रणाने काम भागणार नाही. पायातल्या बेड्या सैल केल्या म्हणजे कैदी सुखी होतो का? लेखकांच्या मनातील भूतदयेचे रूपांतर नवी समाजरचना निर्माण करण्याच्या प्रबळ इच्छेत झाले तरच त्यांच्या वाङ्मयाला आजच्या घटकेला

खराखुरा जिवंतपणा येईल. या बंडखोर मनोवृत्तीचे अंकुर मराठी वाङ्मयात बरेच दिवस आढळत असले तरी त्यांची वाढ होण्याला सध्याच्या इतका अनुकूल काल कधीच आला नव्हता. विचारवंत ललित लेखकाची कला नेहमी एकच धर्म मान्य करते. तो म्हणजे मानवधर्म. या मानवधर्माच्या निशाणाखाली उभे राहून मानवी जीवनाचा प्रवाह दूषित करणाऱ्या हरतऱ्हेच्या विषाविरुद्ध मोहीम करणे याच्यापेक्षा अधिक उच्च असे कोणते ध्येय जगात असू शकेल? प्राचीन काळी काव्यविषय हिरेमाणकांप्रमाणे फक्त राजवाड्यात सापडत. आता ते कारखान्यात आणि खोपट्यात मिळू लागले आहेत. पूर्वीचा ललित लेखक व्यक्तीद्वारे तिचे सुखदुःख दर्शवीत असे. आताच्या लेखकाला व्यक्तीच्या मुखानेच का होईना, सामाजिक सुखदुःखे चित्रित करण्याची संधी मिळत आहे. यामुळे त्याच्या कलेचे क्षेत्र अधिक अधिक विस्तृत होत आहे हा मोठाच फायदा नव्हे का? 'उत्तररामचरिता'तील सीतात्यागाच्या करुण सुंदर प्रसंगाचा पाया काय? तर एका परटाची बडबड! (तो कदाचित दारूही प्याला असावा!) तेच इब्सेनचे Enemy of the people हे नाटक पाहा. त्यातील डॉ. स्टॉक्मनची शेवटच्या अंकातील स्थिती रामाच्या इतकीच करुणाजनक आहे. पण या हृदयस्पर्शी प्रसंगाचा पाया कुठेतरी कच्चा वाटतो का? केवळ वैयक्तिक सुखदुःखापेक्षा सामाजिक सुखदुःखाचे चित्रण संमिश्र मानवी समाजाला दिवसेंदिवस अधिक प्रभावी वाटू लागावे यात आश्चर्य कसले?

कला काय अगर समाजजीवन काय. दोन्हींचेही मानवजातीच्या उच्च भूमिकेवरून चित्रण करायचे म्हटले की, आजच्या लेखकांना सामाजिक बंडखोरी केलीच पाहिजे. सामाजिक बंडखोरी या शब्दाने सरस्वती मंदिरातील सोवळे भ्रष्ट होते असे मानणारे लोक आपल्याकडे काही थोडेथोडके नाहीत. नुकतीच 'पावित्र्य विडंबना'ची हाकाटी करण्याची जी एक सनातनी फॅशन निघाली आहे ती त्यातलीच. पुष्कळदा पावित्र्याचे विडंबन होण्याऐवजी पावित्र्य हेच मूर्तिमंत विडंबन असते, ही गोष्टही हे पढीक पंडित विसरून जातात! ज्या धर्माने गणपती निर्माण केला, त्यानेच हरिजनांना दूर लोटले, कामकऱ्यांना अज्ञान-राक्षसाच्या हवाली केले, बायकांना स्वयंपाकघर बहाल केले आणि प्रगतीच्या मार्गावर भलभलत्या विधिनिषेधांचे काटे पसरून सर्व समाजाला नुसत्या विचाराच्याच नव्हे, तर खऱ्याखुऱ्या पारतंत्र्यात टाकले. या उरफाट्या पावित्र्याचे प्रायश्चित्त आधी घ्या आणि मग गणपतीच्या विडंबनाबद्दल प्रायश्चित्त देण्याच्या पेशवाई गोष्टी बोला, असा एखाद्याने या पंडितांना रोखठोक सवाल केला तर त्यात काय चूक आहे? बुद्धिवादाच्या नव्या जगात बिचाऱ्या ईश्वराला राहायला जागा मिळेल की नाही अशी स्थिती एकीकडे आली आहे. अशा वेळी गणपतीच्या वतीने बेअब्रूची फिर्याद शारदामंदिरात केली तर तिची पंचाईत कोण करीत बसणार? बेशुद्ध धन्याला शुद्धीवर आणण्याकरिता डॉक्टरी सल्ल्याप्रमाणे नोकराने बुटाच्या

तडातड लाथा मारल्या म्हणजे तो धन्याचा अपमान होतो असे समजायचे की काय? ज्या गणपतीने आजपर्यंत नवरसयुक्त पदे शांतपणाने ऐकून घेतली त्याला आपल्या बाजूने फुकट वकिली करणाऱ्या या लोकांची खास कीव येत असेल.

पावित्र्य विडंबनाच्या हाकाटीचे दुसरे टोक वाङ्मयातील नवमतवाद. नवमतवाद हा नेहमी बंडखोरच असायचा; पण बंडखोर यशस्वी झाला की तो छत्रपती होतो हा महाराष्ट्राचा अनुभव आहे. गेल्या तीन वर्षांतील वाङ्मयिक नवमतवादाकडे पाहिले तर या निशाणाखाली निरनिराळ्या हेतूंनी गोळा झालेले लोक आढळतील. कारखान्यातील सत्ता एकट्या मालकाच्याच हातात असावी असे गोष्टीतून सांगणारे लोक स्वत:ला नवमतवादी म्हणवितात; कारण स्त्रियांच्या बाबतीत पत्नीवर एकट्या पतीची मालकी असणे त्यांना संमत नसते! कुणी आपल्या नियतकालिकांचा खप वाढतो म्हणून, तर कुणी आपली कामविषयक विशिष्ट मते प्रतिपादन करता यावीत म्हणून, कुणी स्वत:च्या चरित्राचे मंडन करण्याकरिता येतील तर कुणी आप्तेष्टांच्या इच्छेकरिताही नवमतवादी झालेले आढळून येतील! पुराचे पाणी प्रथम गढूळ असायचेच! तेव्हा प्रचलित परिस्थितीबद्दल खंत करण्यात अर्थ नाही. पण हा वाङ्मयिक नवमतवाद दिवसेंदिवस व्यापक होत जाऊन शून्य हृदयापासून रिकाम्या पोटापर्यंतचे सर्व प्रश्न त्यात अंतर्भूत होतील असे म्हणायला हरकत नाही.

मराठी ललित वाङ्मय कलायुक्त पण त्याचबरोबर कणखर व कर्तृत्ववान व्हावे, या सदिच्छेने आतापर्यंत ही थोडीशी चर्चा केली. याचा अर्थ मला ललित वाङ्मयाची कोमल कलात्मकता कळत नाही अगर सरस्वतीच्या मंदिराला तालमीच्या आखाड्याचे स्वरूप आणण्याची पहिलवानी इच्छा माझ्या मनात आहे, असा अर्थ मात्र कृपा करून करू नये. साहित्यक्षेत्रातील राजांनी राज्याला आग लागून लोक रडत-ओरडत असताना गवयांशी रागचर्चा करीत बसणे गैर आहे, एवढेच मला सुचवायचे होते. ललित वाङ्मयाची सरहद्द संगीत आणि चित्रकला यांच्यापासून सुरू होते ती थेट समाजशास्त्र आणि अर्थशास्त्र यांच्यापर्यंत जाऊन भिडते. 'अर्धनारी नटेश्वरा'सारखे या सारस्वताचे स्वरूप आहे. शंकराच्या राखेने भरलेल्या जटाभाराकडे पाहून नाक मुरडणाराने त्यांच्या शेजारीच विलसणाऱ्या पार्वतीच्या सुंदर केशकलापाकडे लक्ष द्यायला नको का? कल्पकता आणि सहृदयता हे बोलूनचालून ललित वाङ्मयाचे प्राण. त्यांची किंमत कालिदासाच्या वेळेइतकीच आहे व मानवी जीवनात ती नेहमीच तशी राहील. शब्दलालित्य, अर्थगौरव, कल्पना-चमत्कृती, रसविलास या सर्वांचे ललित वाङ्मयातील स्थान अजरामर आहे. ग्रह, तारका, आकाशगंगा, विजा या सर्वांना रजनीच्या मंदिरात मानाचे स्थान नाही, असे कोण म्हणेल? काजव्यांची लुकलुक आणि रातकिड्यांची किरकिर यांचेही कौतुक करणारी निशादेवी या सौंदर्यनिधानांना कधीच दूर लोटणार नाही. पण या सौंदर्य संमेलनात चंद्राच्या

उदयाने जशी भर पडते, तशीच जीवनविषयक तत्त्वज्ञानाने ललित वाङ्मयाची मोहकता अधिकच प्रभावी ठरेल. अर्न्स्ट टोलर याच्या 'Masses and Man', 'Blind Goddess' वगैरे नाटकांत साम्यवादाचा घनगंभीर ध्वनी घुमत असला अगर ऑर्थर स्क्रिझलरच्या लघुकादंबऱ्यांतून फ्रॉईडचे मनोगाहन चमकताना दिसले. म्हणून ती वाचताना त्यांची गोडी कमी झाली आहे काय?

मराठी साहित्याचा भविष्यकाल उज्ज्वल व्हावा या एकाच हेतूने थोडे स्पष्ट बोलण्याचे व माझ्यापेक्षा अनेक दृष्टींनी श्रेष्ठ असलेल्या काही लेखकांवर टीका करण्याचे धाडस मी केले आहे. लेखकाला पोट असते हे खरे; पण जिवंत लेखन हा निव्वळ पोटाचा धंदा होऊच शकत नाही. दाईपणा हा धंदा होतो; आईपण होत नाही. आई होण्यात काही ना काही त्याग, स्वार्थविस्मृती आहेच आहे. जागतिक वाङ्मयात अढळपदावर जाऊन बसलेले कोणतेही लेखक घ्या. मनुष्यमात्राचे खरेखुरे जीवन, त्याचे अनुभव व त्याची स्वप्ने, त्याची धडपड व तडफड, त्याचे गरुडासारखी भरारी मारणारे मन आणि अरुणासारखे पांगळे असलेले पाय, त्याचे जय आणि अपजय, त्याच्या लहानमोठ्या विविध भावना यांचे सहृदयतेने चित्रण करण्यातच त्यांनी धन्यता मानली आहे. मनुष्याचा आणि मानवजातीचा विकास करण्याकरिता निर्दय निसर्गाशी आणि कठोर वस्तुस्थितीशी लढताना लागलेल्या वारांकडे त्यांच्यापैकी अनेकांनी भूषणे म्हणून पाहिले आहे! आपले वैयक्तिक अनुभव कलात्मक रीतीने मांडताना या धर्मयुद्धाला शक्य ते साहाय्य करणे, हे ललित लेखक म्हणवून घेण्यात भूषण मानणाऱ्या प्रत्येकाचे कर्तव्य आहे. या धर्मयुद्धातील समतेचा ध्वज व्यास, वाल्मीकी, भवभूतीपासून टॉलस्टॉय, इब्सेन, ब्रियोपर्यंत अनेक सेनापतींनी हाती धरून सुरक्षित ठेवला आहे. या झेंड्याखाली लढण्याचा मान कुणाला लहान-सहान वाटेल? धारातीर्थी पडणारा वीर अमर होतो, हे निदान या युद्धासंबंधाने तरी निश्चितपणे सांगता येईल. सतराव्या शतकातील मराठ्यांच्या वंशजांना शोभेल असा पराक्रम या विसाव्या शतकात साहित्यासारख्या महत्त्वाच्या रणक्षेत्रात मराठी प्रतिभेकडून व्हावा, यापेक्षा या संमेलनप्रसंगी दुसरी कोणती इच्छा व्यक्त करावयाची?

◆

सोलापूर जिल्हा साहित्य संमेलन
अधिवेशन पहिले
ऑक्टोबर १९३६

प्रिय बंधु-भगिनींनो,

आपल्या जिल्ह्याच्या या पहिल्या साहित्य संमेलनाचे अध्यक्षस्थान मला देऊन जो आप्तभाव आपण प्रगट केला आहे, त्याबद्दल मी आपला अत्यंत आभारी आहे. समुद्राला मिळणाऱ्या खाडीने आपल्या पाण्याचा अभिमान काय म्हणून मिरवावा? समुद्राच्या भरतीलाच ते श्रेय दिले पाहिजे. मराठी वाङ्मयाची मनासारखी सेवा माझ्या हातून अद्यापि झाली नाही. आपणासारखी मित्रमंडळी प्रेमाने बोलावू लागली म्हणजे मात्र आपल्या बोलावण्याला पात्र ठरण्यासाठी काहीतरी करावे, अशी तीव्र इच्छा मनात उत्पन्न होते.

आज आपण माझ्याविषयी जो सद्भाव कृतीने व्यक्त केला आहे ती काही केलेल्या कामाची बिदागी नाही, तर पुढील कामाचा विसार आहे हे मी आनंदाने कबूल करतो. असली संमेलने म्हणजे मराठी वाङ्मयाविषयी बहुजन समाजाला किती प्रेम वाटू लागले आहे, याची प्रत्यंतरेच होत. बडोद्यापासून गोमंतकापर्यंत आणि मुंबईपासून हैदराबादपर्यंत वाङ्मयप्रेमाच्या सरी शाळा-कॉलेजांतून आणि संमेलनांतून नित्यनियमाने येऊ लागल्या आहेत. साहित्य क्षेत्रातल्या कार्यकर्त्यांनी उन्हाळा मागे पडला हे आता सांगायलाच नको. पेरणीचा हंगाम निश्चित सुरू झाला आहे. प्रत्यक्ष पिके पाहण्यापेक्षाही हा काळ एका दृष्टीने अधिक महत्त्वाचा असतो हे

काय मी सांगायला हवे?

मराठवाड्याला लागून असलेल्या आपल्या या जिल्ह्यात विविध वाङ्मयसेवा करणारे अनेक लहान-मोठे साहित्यिक आहेत. आजचे स्वागताध्यक्ष डॉ. किर्लोस्कर वृद्धापकाळीही तरुणाच्या निर्भयपणाने अस्पृश्यतेवर कुठार चालवीत आहेत, तर प्रिं. ना. म. पटवर्धन इंदुबरोबर लहान होऊन तिला आदर्श शिक्षण देत आहेत. कवी कुंजविहारींचा सिंहगडाचा पोवाडा महाराष्ट्रात सर्वपरिचित आहे. कामतकरांचे तीन शहाणे बरीच वर्षे बेपत्ता झाले आहेत. पण ते मुळचे सोलापूरचेच! कथालेखक, नाटककार, कवी इत्यादी रूपांनी आपल्या जिल्ह्यातील अनेक मंडळी माझ्यासारख्या दूरस्थालाही मधून मधून भेटत असतातच. असली संमेलने या सर्व लेखकांना सुसंघटित करू शकतील, तर मराठी वाङ्मयातील उणिवा भरून काढायला त्यांचे नि:संशय साहाय्य होईल. वाङ्मयविषयक वैयाक्तिक प्रयत्न अनेकदा ओढ्यासारखे असतात. उत्साहाच्या वेळी ते वेगाने चालतात; पण त्यांना बारमाही पाणी कुठून येणार? असे ओढे एका नदीला मिळत असले म्हणजे त्यांचा प्रत्यक्ष अगर अप्रत्यक्ष उपयोग होतो. मराठी साहित्याच्या सागराला मिळणारी एक सुंदर नदी या जिल्ह्यातून सतत वाहत राहावी, असे कुणाला वाटणार नाही?

आजचे मराठी वाङ्मय मला स्वत:ला अनेक दृष्टींनी आशाजनक वाटते. परिस्थिती पूर्णपणे अनुकूल नसूनही केळकर, वरेरकर, फडके वगैरेंचे लेखनवैपुल्य पाश्चात्त्य लेखकांच्या तोडीचे आहे. नाही का? लघुकथा, लघुनिबंध, एकांकिका वगैरे नवीन वाङ्मय-प्रकार आत्मसात करण्याच्या दृष्टीने ललित लेखक जसे अधिक यशस्वी होत आहेत, त्याप्रमाणे बालवाङ्मय, शालावाङ्मय व विज्ञान-वाङ्मय यांच्यातही अधिक चतुरस्रपणा दिसून येत आहे. पर्वताचे शिखर अजून फार दूर आहे हे खरे; पण पूर्वीपेक्षा आपले क्षितिज विस्तृत झाले आहे यात शंका नाही. मात्र, पुढील चढण चढताना तुटलेले कडे आणि निसरड्या वाटा यांच्याकडे पूर्वीपेक्षाही अधिक लक्ष दिले पाहिजे; त्याकरिता मी प्रथम ललित वाङ्मयाकडेच वळतो.

ललित वाङ्मयाच्या स्वरूपासंबंधी सध्या मराठी साहित्यिकांत चालू असलेले वाद पाहून हत्ती पाहायला गेलेल्या आंधळ्यांची रसिक वाचकांना आठवण होण्याचा संभव आहे. त्या आंधळ्यांच्या निधड्या छातीबद्दल कुणीही त्यांचे नि:संशय अभिनंदन केले असते; पण छाती म्हणजे काही दृष्टी नव्हे! आंधळ्यांच्या गजावलोकनाचे हे दृश्य खरोखरच गमतीदार दिसले असेल नाही? उंच आंधळ्याच्या हाती हत्तीचा कान लागताच तो आनंदाने ओरडला असेल, 'हत्तीला हे लोक इतके भितात का बुवा? नुसतं सूप आहे हे सूप!' ठेंगू आंधळा बहुधा हत्तीच्या पायापाशी धडपडत असावा! त्याला हत्ती खांबासारखा भासला असेल यात आश्चर्य कसले? बाकी आपले कान दुसऱ्याच्या हाती जाऊ देणारा हा हत्ती मात्र बहुधा लाकडी अगर दगडी

असावा! नाही तर ही आंधळ्यांची माळ भीक मागायला पुढे जिवंतच राहिली नसती! ही गोष्ट लिहिणारा सुखान्त कथानकाचा पुरस्कर्ता असावा. नाही तर या गोष्टीचा शेवट सहाही नायकांच्या मृत्यूत खास झाला असता!

या वादाचे स्वरूप समजण्याकरता शाकुंतलाचेच उदाहरण घ्या. गटेसारख्या महाकवीला ते वाचून हर्षवायू झाला. सामान्य रसिकही कालिदासाच्या प्रतिभा-लतेवर उमललेल्या या अमरपुष्पाच्या सुगंधाने शतकानुशतके मोहित होत आला आहे! पण शाकुंतलाच्या या मोहिनीची मीमांसा करण्याकरता आपण रवींद्रनाथ टागोर, प्रो. फडके व कॉ. डांगे यांच्याकडे गेलो तर आपली त्रेधा झाल्याशिवाय राहणार नाही. रवींद्रनाथ म्हणतील, 'शाकुंतलात प्रारंभीचे तरुण सौंदर्य मंगलमय परिणतीत कृतार्थ होऊन, मर्त्य लोकांचे स्वर्गलोकाशी मिलन करून देते.' रवींद्रांचे हे उदात्त तत्त्वज्ञान डोक्यात शिरले नाही तरी ते मान डोलावण्याच्या लायकीचे आहे असे वाटते न वाटते तोच प्रो. फडके सांगतील, 'एक राजा शिकारीकरिता रानात गेला; परंतु वाट चुकल्यामुळे भलतीच शिकार करून तो कसा परत आला हे जाणण्याची आपली इच्छा असते, म्हणून आपण शाकुंतल वाचतो!' शाकुंतल हे एका सुंदर शिकारीचे वर्णन असे कबूल करायला तयार व्हावे तोच कॉ. डांगे बजावतील गिरगावात शाकुंतल नाटक दाखविले तर प्रेक्षकांचे लक्ष शकुंतला आपल्या चोळीची गाठ सैल करते त्या प्रसंगावर खिळून राहील! तो प्रसंग ते दुर्बिणीने पाहतील. अंगठी मिळवून देणाऱ्या कोळ्याला पन्नास फटके बसल्याचे त्यांना काहीच वाटणार नाही, उलट परळच्या भागात ते नाटक दाखविले तर धीवराला फटके बसताना पाहून सर्व प्रेक्षक खवळून जातील. गडकरी तर शाकुंतलाची रचना समद्विभुज-त्रिकोणासारखी करण्यात कालिदासाने किती कौशल्य व्यक्त केले आहे हे रसभरितपणाने वर्णन करीत असत. स्वर्गात गडकरी यांच्या समक्ष कालिदास व युक्लिड यांची गाठ पडून कदाचित यासंबंधी मोठा वादही झाला असेल!

हे सर्व आधुनिक रसिक झाले. प्राचीन काळच्या पंडितांची गोष्ट तर विचारायलाच नको. त्यांनी शाकुंतलाचा चवथा अंक कधीच सर्वश्रेष्ठ ठरवून टाकला आहे आणि प्लँचेटवर येऊन आपले मत बदलले असल्याचे त्यांनी सांगितले. अशी बातमी अजून कुठल्याही वर्तमानपत्रात प्रसिद्ध झालेली नाही. चवथा अंक त्या सर्वांना इतका आवडण्याचे कारण ते वृद्ध होते किंवा त्यांना मुलीच फार होत्या असेही एखादा तर्कशास्त्री अनुमान काढील! हे सर्व नवे-जुने रसिक आपापल्या दृष्टीने खरोखरच बरोबर आहेत. पण दोन अर्धवट माणसे मिळून जसा एक शहाणा होत नाही, त्याप्रमाणे दोन अर्धसत्ये म्हणजे काही एक पूर्णसत्य नव्हे! कदाचित दोन अर्धसत्यांची बेरीज पूर्ण असत्य मात्र होऊ शकेल! 'आपल्या वडिलधाऱ्या माणसांना न पुसता आपल्या मनाने असा नाचरेपणा केला म्हणजे त्याचा परिणाम हा असा व्हायचाच'

या शाङ्‌र्गरवाच्या वाक्याचा आधार घेऊन कालिदासाला प्रणय-विवाह मान्य नव्हते असे अद्यापि कुणी प्रतिपादले नाही हे कविकुलगुरूचे भाग्य म्हणायचे! कालिदासाची कलाकुशलता यातच आहे की, फडके यांना आवडणारी शिकार त्याने जशी आपल्या नाटकात घातली आहे, त्याप्रमाणे रवींद्रांना हवा असलेला स्वर्गही त्याच्यात आहे. मदनाच्या राज्यातील शिकारीचा कैफच केवळ त्याला वर्णन करायचा असता, तर शाकुंतल तीन अंकीच झाले असते. किंबहुना, महाभारताच्या पावलावर पाऊल ठेवून कालिदासाने नाटक लिहिले असते तर आकाशवाणीच्या अद्‌भूत प्रसंगातच त्याची परिसमाप्ती करणे परिणामकारक झाले असते. त्या नाटकातही रम्यता भासली असती, चमत्कृती दिसली असती; पण मानवी जीवनाचे हरतऱ्हेचे पडसाद मात्र ऐकू आले नसते. वीज आपल्या सहजनृत्याने आकाशाचा कानाकोपरा उजळून टाकीत नाही का? भावनाशील मानवी हृदयाची लहानसहान कंपनेही कालिदासाने आपल्या या कृतीत अशीच कायमची चित्रित करून ठेविली आहेत. सिंहाचे दात मोजू पाहणाऱ्या बाल सर्वदमनाच्या चित्राजवळ पाळलेल्या मुलीची सासरी पाठवणी करताना गळा दाटून आलेल्या वृद्ध कण्वाचे चित्र किती मनोरम दिसते! अनसूया व प्रियंवदा आणि शारद्वत व शाङ्‌र्गरव या जोड्या किती भिन्न पण परस्परपूरक आहेत! ललितकृतीच्या शेवटी आनंदी आनंद करणारा एखादा आधुनिक लेखक शाकुंतलात या अनुरूप जोडप्यांची लग्ने कालिदासाने का लावली नाहीत, असा आक्षेपही घेईल या भूमिकांवर! विदूषक, धीवर किंवा गौतमी ही अगदी दुय्यम स्वाभवचित्रेसुद्धा किती हळुवार हाताने आणि मानवी रसाने कविकुलगुरूने रंगविली आहेत. किंबहुना, मनुष्यांच्याही पलीकडे जाऊन शकुंतलेचा ओचा धरून ओढणारे चिमुकले हरीण आणि तिची आवडती मोगरीची वेल यांचा आपल्या चित्रणात अंतर्भाव करून उत्कट मानवी भावना किती विश्वव्यापी असतात, हे त्याने सहजासहजी सूचित केले आहे.

असे असूनही शाकुंतलाचे रसग्रहण करताना निरनिराळ्या रसिकांच्या मनात पूर्व-पश्चिमेइतके अंतर का दिसते? वाचकाचे जग काही झाले तरी लेखकापेक्षा लहानच असायचे हेच खरे! चित्रातील प्रत्येक मोहक रेषा अगर प्रत्येक मनोहर रंगछटा एकूण एक प्रेक्षकाला कळलीच पाहिजे, असा हट्ट धरणे वेडेपणाचेच नाही का? ललितकृती वाचताना वाचकाची जी आतुर मन:स्थिती असते तिला समुद्रकाठच्या खाडीची उपमा देता येईल. समुद्राला भरती आली की खाडीलाही भरती येते. पण खाडीची भरती ही तिच्या पात्राच्या स्थितीवर अवलंबून राहते. मधेच उंच वाळवंट असले तर मोठी भरती येऊनही ती जागा कोरडीच राहील. समुद्रकिनाऱ्यावर लाटाचे तांडवनृत्य सुरू नसले तरी खाडीच्या काठावर त्यातला उन्माद दिसेलच असा नियम नाही. मूळ प्रकृती, परिस्थिती व व्यक्तिमत्ता यांच्या भिन्नत्वामुळे वाङ्‌मयाचा आस्वाद घेणाऱ्यात हे वैचित्र्य दिसून येते असे नाही. ललित वाङ्‌मय निर्माण करणारांत तर

ते अधिकच आढळते. कालिदासाने शाकुंतलाऐवजी उत्तररामचरिताचे कथानक का निवडले नाही याला दुसरे उत्तर काय देणार? गॅल्सवर्दी-शॉ, रवींद्र-शरच्चंद्र, टर्जिनेव्ह-डोस्टोव्हस्की, सिंक्लेअर लुई व अपटन् सिंक्लेअर, आपटे-कोल्हटकर, आणि जवळचे व आजचे उदाहरण द्यायचे म्हटले तर फडके-वरेरकर या एका काळातील एका देशातील किंबहुना एकाच दिशेने जीवनाचा प्रवास केलेल्या अगर करणाऱ्या साहित्यिकांच्या जोड्या घेतल्या तर त्यांच्यातले भिन्नत्वच डोळ्यांत भरत नाही का? वरेरकर स्त्रियांच्या स्वातंत्र्याचे कैवारी आहेत आणि फडके बायकांना अगदी गोषात ठेवावे या मताचे आहेत असे थोडेच आहे! पण स्त्रीस्वातंत्र्याच्या प्रश्नावर लिहिलेल्या 'गोदू गोखले' व 'उद्धार' या त्यांच्या कादंबऱ्यांत त्या दोन्ही कादंबऱ्या आहेत एवढेच फार तर साम्य दाखविता येईल. घार आणि कबुतर यांची तुलना करण्यापैकीच प्रकार आहे हा! लेखकाचे व्यक्तित्वच ललित वाङ्मयात अधिक प्रमाणात प्रतिबिंबित होते हाच असल्या अनुभवांचा निष्कर्ष नाही काय? जी ललितकृती कालिदास रंगवायला बसला तिच्यात त्याने आपल्या परिणत प्रतिभेचे व संस्कारक्षम व्यक्तिमत्तेचे सर्वस्व ओतण्याचा प्रयत्न केला, म्हणूनच शाकुंतल इतके हृदयंगम झाले. त्यात प्रणयाच्या विलासाबरोबर त्याचा विकासही आहे. शाकुंतलात कथानकाची चमत्कृती जशी भावनांच्या भरतीला शोभा आणीत आहे, तसा व्यवहाराला ध्येयवाद उज्ज्वल करीत आहे. चंद्र नुसता कलावंतच आहे. पण त्याच्या सर्व कला विकसित झाल्या की सौम्य सूर्यप्रकाशाचाच भास होतो. कलेच्या विविध विलासाला असेच जीवनाचे सर्वस्पर्शी चित्रण करता येते.

कला व जीवन हे शब्द ऐकले का काही पित्तप्रकृती लोकांची तोंडे अगदी वेडीवाकडी होतात. असल्या लोकांना सूतशेखराचे सेवन करण्याला सोडून दिले तर लालजी पेंडसे, फडके, पु. य. देशपांडे, वरेरकर, काणेकर प्रभृती साहित्यिकांकडून गेल्या वर्षात या वादाची झालेली चर्चा मराठी वाङ्मयाच्या प्रगतीला उपकारक होईल असेच इतरांना वाटेल. काही काही शब्दांचा अतिपरिचयामुळे कंटाळा येणे स्वाभाविक आहे; पण कचेरीत 'सर' या शब्दाला कंटाळलेल्या कारकुनाने वरिष्ठाशी बोलताना या शब्दावर बहिष्कार टाकला तर त्याचा शेवट सध्याच्या बेकारीच्या काळात आत्महत्येतच होईल हे सांगायला एखादा भडक लघुकथा लिहिणारा लेखकच कशाला हवा? अतिपरिचयामुळे सगळ्या शब्दांचा काही वीट येत नाही हे प्रेमापासून परमेश्वरापर्यंत कशाच्याही भजनी लागलेले लोक सांगू शकतील. मग बिचाऱ्या कला व जीवन या शब्दांनीच असा काय सरस्वतीचा मोर मारला आहे की त्यामुळे ते सोवळ्या लेखकांना अगदी अस्पृश्य वाटावेत?

या कला-जीवन वादात प्रतिवादी म्हणून माझे नाव दाखल झाले आहे. कित्येकांच्या मते मीच नंबर एकचा प्रतिवादी आहे. सोडत, शर्यत, परीक्षा इत्यादिकांत

नंबराचे महत्त्व असेल. पण चर्चेत त्याला काय किंमत? न्यायमंदिरात प्रतिवादीचे पहिले काम कैफियत देणे हे असते. कैफियतीत आपल्यावरील प्रत्येक आक्षेपाला 'नाही-नाही' असे म्हणत जायचे असा न्यायमंदिराचा संप्रदाय असतो. पण सरस्वती मंदिरात तो न पाळणेच बरे! न्यायमंदिराच्या पद्धतीप्रमाणे निरनिराळ्या देशांतील टीकाकार व प्रोफेसर माझ्या बाजूचे साक्षीदार म्हणून आपल्यापुढे उभे करण्याचाही आज माझा विचार नाही. एक तर या साक्षीदारांची उलटतपासणी होऊ शकत नाही. दुसरे, युरोप-अमेरिकेतून अनेक साक्षीदार आणण्याला जे विद्वत्तेचे थोडेफार भांडवल जवळ हवे ते माझ्यापाशी नाही. काही इंग्रजी ग्रंथांच्या प्रस्तावना वाचून त्या उसन्या भांडवलावर धंदा करावा म्हटले तर एखादे वेळी आपलेच साक्षीदार आपल्यावर उलटतात असा इतरांप्रमाणे मलाही अनुभव यायचा!

पण साखर गोड असते हे सिद्ध करण्याला रसायनशास्त्रज्ञाची अगदी ईश्वरसाक्ष घेतलीच पाहिजे का? वनस्पतिशास्त्र जास्वंदी व गुलाब यांचे वर्गीकरण वाटेल तसे करो! सुगंधाचा भोक्ता गुलाबाचे फूल तोडून त्याचाच वास घेईल. काजव्यांविषयी शास्त्रज्ञांचे काय मत आहे हे कळले नाही, म्हणून पाळण्यातल्या पोरापासून आरामखुर्चीतल्या आजोबापर्यंत सर्वांना त्याच्या चिमुकल्या विमानक्रीडेचे कौतुक वाटतेच की नाही? इतर भुकांप्रमाणे कलेचीही भूक प्रत्येक मनुष्याला असते व परिस्थितीप्रमाणे ती तो तृप्त करून घेतोही. खेड्यातला शेतकरी लावणीचा एखादा चरण गुणगुणत शेतातले काम करील. उलट कॉलेजातील विद्यार्थी मासिकाच्या नव्या अंकातील भावगीताचे गायन स्नानगृहात सुरू करील; एवढाच काय तो फरक. सामान्य वाचकाच्या कलानंदाची जरी आपण थोडी मीमांसा केली तरी या वादावर मार्गदर्शक प्रकाश पडू शकेल. याबाबतीतील बडेबडे लेखक एकमेकांवर उघड अगर प्रच्छन्न प्रहार करीत असलेले आणि एकमेकांची खरीखोटी वैगुण्ये अहमहमिकेने दाखवीत असलेले पाहून माझ्या डोळ्यांपुढे एकच दृश्य उभे राहते, ते म्हणजे दोन प्रतिस्पर्धी नाटक मंडळ्यांचे. दोन्ही मंडळ्यांवर प्रेक्षक खूश असतात अगदी; पण प्रत्येकीच्या अंतरंगात जाऊन पाहावे तर एकीला दुसरीतील नट भिंती रंगवायच्या सोडून आपले चेहरे रंगवायच्या नादाला उगीच लावले आहेत असे वाटत असते.

कला, जीवन, तंत्र, शास्त्र, जिव्हाळा इत्यादिकांच्या चक्रव्यूहात न सापडलेला मनुष्य काव्य, कथा, नाटके, कादंबऱ्या इत्यादी वाङ्मय आवडीने का वाचीत असतो? उत्तर उघड आहे. आपला वेळ आनंदाने घालविण्याकरिता. हे वाचन तो काही एखादी परीक्षा पास होऊन नोकरी मिळावी या आशेने करीत नाही. ज्ञानलालसा अगर अशाच प्रकारचे कोणतेही ध्येय त्याच्या मुळाशी नसते. त्याला आनंद हवा असतो व तो ज्या पुस्तकापासून ज्या प्रमाणात मिळतो त्याच्यावर त्या पुस्तकाविषयीचे त्याचे मत अवलंबून असते. हरिभाऊंची 'पण लक्षात कोण घेतो?' लाखो मराठी

स्त्री-पुरुषांनी वाचली, ती हिंदू स्त्रीवर होणारे अन्याय त्यांना ठाऊक नव्हते म्हणून नव्हे! आणि ज्यांना ते माहीत नव्हते त्यांना आगरकरांचे निबंध वाचता आले नसते असे थोडेच आहे! देवविषयक ज्ञानाकरिता वामनराव जोशी यांची 'सुशीलेचा देव' कादंबरी वाचण्यापेक्षा उपनिषदापासून पाश्चात्त्य तत्त्ववेत्यांच्या प्रबंधापर्यंत पसरलेले वाङ्मय वाचणे अधिक इष्ट आहे हे काय कुणाला सांगायला हवे? इतिहास कळावा म्हणून ऐतिहासिक कादंबऱ्या वाचणारा अगर सामाजिक परिस्थितीचे ज्ञान व्हावे म्हणून सामाजिक कथा वाचणारा वाचक मुक्त कोटीतलाच मानला पाहिजे. ग्लॅडस्टनसारखा साम्राज्याचा मुत्सद्दी असो अगर गोविंदरावासारखा म्युनिसिपालिटीतला कारकून असो, ग्रेटा गार्बोसारखी जगद्विख्यात नटी घ्या अगर खेड्यात स्वयंपाक करून पोट भरणारी एखादी गोदूबाई घ्या, सर्व माणसे ललित कृतींच्या भक्तात मोडतात. भक्त कोणत्याही जातीचा असला तरी परमेश्वरप्राप्तीचा प्रत्येकाचा आनंद एकाच स्वरूपाचा असतो. कलेचा अगर ललित वाङ्मयाचा आनंदही असाच एकरूप आहे, यात संशय नाही.

या आनंदात एक प्रकारची दिव्यता आहे. दुपारी भुकेच्या वेळी ओलीकोरडी भाकर खाणारा भिकारी असो अगर पंचपक्वान्नांचा आस्वाद घेणारा धनिक असो, क्षुधाशांतीचा तो आनंद दोघेही लगेच विसरून जातात. ललित वाङ्मयाचा आनंद असा क्षणिक, केवळ शारीरिक अगर व्यावहारिक नसतो. या आनंदाच्या विमानात बसून आपण वाटेल त्या प्रदेशात जाऊ शकतो, विविध स्वभावाच्या माणसांशी समरस होतो आणि नकळत स्वतःच्या संकुचित व्यक्तिमत्त्वाचा विकास करीत असतो. अशा या अलौकिक आनंदाचा उगम भावनांच्या पुनःप्रत्ययात आहे, असे प्रोफेसर फडके म्हणतात. आपल्या आयुष्यात जी सुखदुःखे आपण अनुभवली असतील त्यांचा अप्रत्यक्ष अनुभव घेणे व देणे हेच ललित वाङ्मयाचे मुख्य ध्येय आहे, असा त्यांचा सिद्धान्त आहे. हृदयस्पर्शित्वाखेरीज ललित वाङ्मय नाही हे कुणीही मान्य करील. पण लेखकाने स्वतः अनुभवलेली सुखदुःखेच तो सांगतो व तेवढेच वाङ्मय परिणामकारक होते असे कोण म्हणेल? रॉबिन्सन क्रूसो लिहिणारा डिफो लहानपणी घरून पळून गेला होता की नाही हे मला ठाऊक नाही! पण समुद्र कधीही न पाहता एका निर्जन बेटावर अठ्ठावीस वर्षे राहणारा नायक त्याने हुबेहूब चित्रित केला. या ठिकाणी डिफोला कुणी साहाय्य केले? कल्पनेने की अनुभवाने? सामान्य मनुष्यही आयुष्यात एक उत्तम कादंबरी लिहू शकेल; फक्त त्याने प्रामाणिकपणाने आपले अनुभव सांगितले पाहिजेत, असे म्हणतात ते काही खोटे नाही. पण याचा अर्थ कादंबऱ्यांचे नायक शोधण्याकरिता राजपुत्र अगर नायिका निवडण्याकरिता अप्सराच धुंडाळल्या पाहिजेत असे नाही, एवढाच होऊ शकेल. यावरून प्रत्येक भावनेचा प्रत्यक्ष अनुभव हाच ललित वाङ्मयाचा पाया असतो असे कसे सिद्ध

होईल? तसे गृहीत धरले म्हणजे पुरुष लेखकांनी केलेले स्त्रीस्वभावाचे सारे वर्णन इथून तिथून खोटे ठरेल. किंबहुना, खलपात्रे उत्कृष्ट रंगविणारा लेखक मोठा सैतान असला पाहिजे, असा विचित्र सिद्धान्त यातून निष्पन्न व्हायचा! ललित लेखन हे नुसत्या अनुभवाचे अपत्य नाही. आईवाचून जन्माला आलेला एखादा ऋषी पुराणांतरी असेल; पण ललितकृतीच्या बाबतीत तसे घडणे शक्य नाही. अनुभव व कल्पना यांच्या पोटीच तिचा जन्म होतो. इतकेच नव्हे तर या संसारात पित्यापेक्षा मातेचेच संस्कार मुलावर अधिक होत असतात.

कल्पनेच्या या प्रभावी शक्तीचा विलास वास्तवतापूर्ण कृतीतही आढळतो. इब्सेनचे अत्यंत परिचित व परिणामकारक Doll's House हे नाटकच पाहा. त्यातील प्रसंगांपैकी इब्सेनच्या घरात काहीच घडले नव्हते, हे प्रथम नमूद करणे जरूर आहे. बायकांना बटणे चांगली लावता येत नाहीत असे इब्सेनचे मत असल्यामुळे तो आपली बटणे तुटली म्हणजे स्वतःच लावीत असे. यापलीकडे त्या घरात पतिपत्नीचे मतभेद नव्हते. बायकोने नवऱ्यावरील उत्कट प्रेमाने एका चेकवर खोटी सही करणे हा त्या नाटकाचा पाया आहे. पण ही गोष्ट तरी इब्सेनने जगात पाहिली तशीच नाटकात घातली काय? मुळीच नाही. मूळ प्रसंगात एका बाईने आपली चैनीची हौस भागविण्याकरिता खोटी सही केली होती. स्त्रीजातीची वकिली करायला हा प्रसंग एखादा सत्यकथावालासुद्धा निवडणार नाही; पण इब्सेनच्या कल्पनेने त्याचे नायिकेच्या स्वार्थत्यागात सुंदर रूपांतर केले. ही स्वार्थत्यागाची पार्श्वभूमी घेऊन स्त्रीजातीवर होणाऱ्या अन्यायाचे चित्र त्याने मोठ्या कौशल्याने रेखाटले. ते इतके परिणामकारक झाले आहे की, 'No one would sacrifice his honour for the one he loves' या नवऱ्याच्या वाक्याला 'It is a thing hundreds of thousands of women have done.' असे नोरा जेव्हा उत्तर देते तेव्हा तिच्या मनाचे कढ व्यवहारी पुरुष वाचकाच्या मनातही उसळू लागतात. इब्सेनच्या कल्पनेचे सामर्थ्य याच ठिकाणी प्रचीत होते. नोराचे हे उत्तर सुचायला भिंतीआड लपून शेकडो नवरा-बायकोची भांडणे इब्सेनने ऐकली असतील असे मला वाटत नाही. समाजाला स्त्रीजातीची निर्जीव बाहुलीपलीकडे किंमत नाही, त्या जाणिवेने त्याच्या उचंबळून आलेल्या भावनांना कल्पकतेने या नाटकाच्याद्वारे अत्यंत मोहक रूप दिले.

याचा अर्थ ललित लेखनात अनुभवाची अगर अवलोकनाची किंमत कमी आहे असा मात्र मुळीच नाही. ललित कृतीचे मंदिर कल्पनेमुळेच गगनचुंबी होत असले, तरी त्याचा पाया प्रत्यक्ष अगर अप्रत्यक्ष अनुभवच भरून काढीत असतो. साध्या अनुभवाने कल्पनेला चालना मिळते. अशा कल्पनेच्या विहारातूनच कलाकृतीला आवश्यक असलेले सौंदर्य प्राप्त होते. हिमालयावर आंब्याच्या झाडांची लागवड

करणे, अरबी समुद्रात वाटेल त्या ठिकाणी मोती सापडतात असे समजणे, अगर मोठ्या माणसाप्रमाणे लहान मुलालाही कॅन्सर सर्रास होतो असे मानून चालणे, या अगर अशाच प्रकारच्या चुका मराठी ललित लेखकांच्या हातून होत असतात. त्या टाळण्याकरिता त्यांनी अधिक दक्ष होणे आवश्यक आहे. पण हिमालयावर जाऊन आल्याखेरीज त्याचा अवाक्षरानेही उल्लेख करायचा नाही अगर आपल्याला जो रोग झाला नसेल तो आपल्या पात्रांनाही होऊ द्यावयाचा नाही, असा निश्चय करून कसे चालेल? ललित लेखकाचे मन अनुभवलेल्या, ऐकलेल्या, वाचलेल्या आणि कल्पिलेल्या सर्व प्रसंगांतील उत्कटतेचे ठसे घेत असते. त्या-त्या प्रसंगानुरूप त्याच्या मनात भावना जागृत होतात. या जागृत झालेल्या भावनांना क्षुब्ध करण्याचे कार्य कल्पना करते. जलप्रपातापासून वीज निर्माण व्हावी त्याप्रमाणे या क्षुब्ध भावनांतून तेजस्वी ललितकृती निर्माण होत असते.

ललित वाङ्मयाच्या द्वारे पूर्वी अनुभवलेल्या सुखदुःखांचा अप्रत्यक्ष अनुभव येत असल्यामुळे वाचकाला आनंद होतो, असे प्रो. फडके म्हणतात. मृच्छकटिक नाटकात चारुदत्ताला सुळावर नेतात तेव्हा मुलेसुद्धा रडतात! हे दुःख त्यांनी पूर्वी कुठे अनुभविलेले असते? इब्सेनच्या Enemy of the People मध्ये स्वार्थाला बळी पडलेली माणसे सत्यनिष्ठ डॉ. स्टॉक्मनवर भराभर उलटत असलेली पाहून आपणाला त्यांचा राग येतो. सत्यसृष्टीत आपण सर्व इतके प्रामाणिक असतो असे कोण म्हणेल? फार तर इतकी जाज्वल्य सत्यनिष्ठा आपल्या अंगी असावी अशी आपली इच्छा असेल! एखादा दारूबाज 'एकच प्याला' पाहू लागला तर सुधाकराचे वर्तन त्याला काय क्षम्य वाटेल? त्या वेळी मनाने तो सिंधूच्याच बाजूचा असतो. 'गड आला पण सिंह गेला' ही कादंबरी वाचताना तानाजीबरोबर निधड्या छातीने किल्ला चढणारा वाचक काळोखात प्रत्यक्ष बाहेर तरी पडत असेल की नाही कुणाला ठाऊक! गॉर्कीची 'आई' ही कादंबरी वाचताना कुठल्याही ध्येयापासून दोन हात दूर राहणारा व्यावहारिक मनुष्यही त्या रसप्रवाहात वाहून जातोच की नाही? कोणतीही नवी जुनी नामांकित ललितकृती घ्या. वाचकाच्या तन्मयतेचा, त्याला होणाऱ्या आनंदाचा त्याने अनुभवलेल्या सुखदुःखाशी प्रत्यक्ष संबंध असतोच असे नाही. भावनांच्या अकारण आविष्कारात अनिर्वचनीय आनंद असल्यामुळे तो ललित लेखन आवडीने वाचतो यात संशय नाही. मात्र, अतृप्त आशा-आकांक्षांचे समाधान, सुप्त ध्येयवादाची जागृती, व्यावहारिक व्यक्तित्वाचा विसर, इत्यादी अनेक जीवनविकास करणाऱ्या गोष्टी या आनंदाला कारणीभूत होत असतात. 'अहं ब्रह्मास्मि' हे वेदान्तवचन निराळ्या अर्थाने ललित वाङ्मयाच्या वाचकाला लागू पडते. शकुंतलेच्या वियोगाने कण्वांच्या डोळ्यांत अश्रू आलेले पाहून लहान मूलही गहिवरून जाते. याची दुसरी एक उपपत्ती संभवते. कण्वाचे दुःख ज्याने नुकतेच कन्यादान केले आहे अशा प्रौढ

पित्याला जाणवणे स्वाभाविक आहे. पण आठ-दहा वर्षांच्या मुलाने अशा वेळी का रडावे? हा वियोग प्रसंग पाहून त्याच्या अंतर्मनातील अगदी साधा ताटातुटीचा अनुभव - एक दिवस आई गावाला गेली असताना आपण किती रडलो ही आठवण - त्याला समोरील दृश्याशी समरस होण्याला समर्थ करीत असेल.

ललित वाङ्मयापासून आनंद होतो व झाला पाहिजे, हे प्रो. फडके यांच्याप्रमाणे सर्वांनाच मान्य असल्यामुळे त्या आनंदाच्या मीमांसेबद्दलचे मतभेद मी तरी महत्त्वाचे मानले नसते. पण साळसूद तात्त्विक प्रमाणांच्या पोटी तर्कदुष्ट अनुमाने जन्माला येतात. अनुभवाचे प्रमाण मांडून प्रो. फडके पुढे सुचवितात की, गिरणीकामगाराच्या खांद्याला खांदा लावून घाम गाळल्याखेरीज साम्यवादी वाङ्मय निर्माण करणे अगर वेश्यांच्या घरातील वातावरणाचा परिचय असल्यावाचून त्यांची चित्रे रेखाटणे हे कृत्रिम वाङ्मय होय. हरिभाऊंच्या पहिल्याच कादंबरीतील वेश्येच्या गृहाचे वर्णन वाचून त्यांच्या वडील मंडळींना भलताच संशय आला होता, हे फडके अशा वेळी सोईस्करपणे विसरतात. परिचित वातावरणाचे चित्रही कृत्रिम रीतीने काढणारे लेखक काय थोडे असतात? शिवाय कृत्रिम अकृत्रिम ठरवायला कस कोणता? मानवी स्वभाव की टीकाकाराचा वैयक्तिक अनुभव? कोकणात अजून शारदा कायद्याचा पत्ताही नसावा अशी मुंबईत बसून कल्पना करून घेणाऱ्या एका टीकाकाराने माझ्या कादंबरीत एक मुलगी वीस-बावीस वर्षांपर्यंत कुमारी राहिलेली पाहून या कृत्रिमपणाबद्दल माझ्यावर गहजब केला होता. बिचाऱ्याला ठाऊकही नाही की कोकणातील खेड्यात सुद्धा प्रौढकुमारीचा प्रश्न दत्त म्हणून लोकांपुढे कधीच उभा राहिला आहे!

हे अनुभव प्रकरण संपविण्यापूर्वी एक दोन महत्त्वाच्या गोष्टींचा ओझरता उल्लेख करणे जरूर आहे. आपले सर्व अनुभव कशाचीही भीती न ठेवता व्यक्त करण्याचा प्रामाणिकपणा ललित लेखक दाखवितात काय? केवळ सत्यकथनाकरिता जन्माला आलेल्या आत्मचरित्रातसुद्धा विलक्षण लपंडाव आढळतात. महात्माजींनी आपल्या आत्मचरित्राला 'सत्याचे प्रयोग' असे नाव दिले ते उगीच नाही. प्रयोग निराळे आणि शोध निराळा! ललित लेखक हा साधुपुरुष नसल्यामुळे असले प्रयोग करीत बसण्यात तो आपला वेळ थोडाच खर्च करणार आहे! मराठी ललित वाङ्मयातील अनुभवसिद्ध लेखकांनी केलेले प्रणयाचेच चित्रण पाहावे. आकस्मिक योगायोगांनी तरुण स्त्री-पुरुष एकत्रित येतात, त्यांचे एक क्षणात एकमेकांवर प्रेम बसते आणि अनेक आपत्ती येऊनही ते अढळ राहते, इत्यादी अनुभवात किती टक्के खरेपणा आहे ते सध्याची तरुण मंडळीच माझ्यापेक्षा अधिक मोकळेपणाने सांगू शकतील.

ललित वाङ्मयकृती ही बोलून चालून सत्याभासावर उभारलेली! आपला वैयक्तिक चरित्रावर चंचुप्रहार करण्याची संधी काकदृष्टी टीकाकरांना मिळू नये

म्हणून कोणी वैयक्तिक अनुभवांना मुरड घालतो तर कलेच्या दृष्टीने कोणी आपल्या अनुभवात बदल करतो. अर्थात, अशा विविध संस्कार झालेल्या कलाकृतीतील अनुभवांना पूर्ण सत्य म्हणणे म्हणजे आइस्क्रीम हे मूळचे गंगाजळ आहे असे समजून त्याची पूजा करण्यासारखेच नाही काय? ब्राउनिंगच्या Incident of the French Camp या छोट्या नाट्यगीतातला बालनायक प्रत्यक्ष प्रसंगात प्रौढ होता. पण रसोत्कर्षासाठी कवीने त्याला एकदम लहान केले! ललित लेखक अगदी आत्मनिवेदन करण्याच्या भरात आला तरी त्या निवेदनाचे स्वरूप बहुधा समर्थनानेच होते. टॉलस्टॉयसारख्या कठोरतेने आत्मपरीक्षण करणाऱ्या लेखकालाही या आत्मसमर्थनाच्या मोहजालातून पूर्णपणे मुक्त होता आले नाही, हे याबाबतीत लक्षात ठेवण्याजोगे आहे.

अर्थात, अनुभवाचे महत्त्व भावनेला चालना मिळण्याच्या दृष्टीने मानलेच पाहिजे. मात्र प्रो. फडके, भावनाजागृतीचा सिद्धान्त मान्य करूनही आनंदापेक्षा पलीकडे या जागृतीचे कार्य नाही असे सांगतात! परंतु उचंबळून आलेल्या भावनांचे संस्कार वाचकांच्या मनावर काहीच परिणाम घडवीत नाहीत का? ललित वाङ्मय अजून प्रयोगशाळेत शास्त्रज्ञांच्या हातात गेलेले नाही. पण उद्या दोन मुग्ध मुले घेऊन एक वर्ष त्यापैकी एकाला नुसत्या प्रणयकथांची पारायणे करायला लावली आणि दुसऱ्याला करुणकथांच्या पुरातून बाहेर येऊ दिले नाही तर त्यांच्या मनोवृत्तीत काहीच बदल दिसून येणार नाही का? देशभक्तिपर कादंबरी वाचल्याबरोबर प्रत्येक मनुष्य देशभक्त बनतो, असे नाही. तसे असते तर अवाढव्य लष्करी खर्च करण्यापेक्षा हुकमेहुकूम राष्ट्रीय लिखाण करणारे पाच-पंचवीस कांदबरीकारच प्रत्येक राष्ट्राने आपल्या पदरी बाळगले असते. पण अशी कादंबरी वाचताना ज्या भावनांची तार छेडली जाते त्या आपोआप अधिक सजीव व संस्कारक्षम होतात. खेळण्यानेच लहान मुलांचा विकास होत नाही काय? अशा सुसंस्कृत भावना व्यक्तिशः दुर्बळ असतात. पण त्यांचे सामुदायिक स्वरूप मात्र प्रसंगी अत्यंत प्रभावी होते. तसे पहिले तर समुद्राची एक-एक लाट खडकावर आपटून फुटून जाते; पण अगणित लाटांचे क्षणोक्षणी होणारे आघात शेवटी त्या खडकाचा चक्काचूर करतात. समाजाच्या भावना जागृत करून ललित वाङ्मय प्रगतीला पोषक अशी पार्श्वभूमी निर्माण करते ती याच पद्धतीने. पुनर्विवाहावरील नाटक रात्री पाहिले की दुसरे दिवशी सकाळी झाडून सारे प्रेक्षक आपल्या घरातील विधवांच्या पुनर्विवाहाचे मुहूर्त शोधू लागतील, मजुरांच्या दुःस्थितीचे चित्र रेखाटणारी कादंबरी वाचताच एकूणएक वाचक आपल्या घरातील मोलकरणीचे पगार दामदुप्पट करतील, अगर हरिजनांवरील अन्यायाचे करुणचित्र दाखविणारी कविता ऐकताच काव्यगायन थांबवून सारे श्रोते एकदम त्याचे परिमार्जन करण्याकरिता महारवाड्याकडे धावून जातील अशी कल्पना वेडा

मनुष्यसुद्धा करणार नाही. पण एका पिढीला मानवजातीची प्रगती स्पष्ट दिसत नाही म्हणून गेल्या पाच हजार वर्षांत ती मुळीच झाली नाही असे म्हणणे कितीसे प्रामाणिकपणाचे होईल? ललित वाङ्मयापासून होणाऱ्या भावनाजागृतीलाही हाच नियम लागू आहे.

ललित लेखन व समाजजीवन यांचा असा संबंध कुणी दाखवू लागला की, अनेक कलावंत एकदम कावरेबावरे होतात. त्यांना वाटते, या सिद्धान्ताची पुढील पायरी म्हणजे कुणी काय लिहावे याविषयी निघणारी फर्माने होत.

पण फडके यांच्या लिखाणात प्रणय अगर अत्रे यांच्या लेखनात विनोद येता कामा नये, असा वटहुकूम काढण्याइतका समाज अरसिक का आहे? त्याची मागणी ललित लेखकाने शक्य तर मार्गदर्शक व्हावे, निदान प्रगतिपथावरील पर्वतप्राय अडचणींशी टक्कर देत पुढे जाणाऱ्या मानवजातीला सोबत करावी एवढीच असते. यात गैरशिस्त असे काय आहे? सती जाणाऱ्या स्त्रीचे चित्र आदर्श म्हणून रेखाटण्यात एके काळी लेखकांना धन्यता वाटली असेल. आज नालायक नवऱ्याची शृंखला खळकन् तोडून टाकणाऱ्या कर्तृत्वशाली स्त्रीचे आपण कौतुक करू. आजचा कवी मराठेशाहीत जन्मला असता तर त्याने गो-ब्राह्मण-प्रतिपालक शिवाजीवरच पोवाडे रचले असते; साम्यवादावर खास नाही. पण तेवढ्यामुळे आजच्या आपल्या भोवतालच्या परिस्थितीकडे त्याने पाठ फिरविणे काही समर्थनीय ठरत नाही. ललित लेखकाची व्यक्तिमत्ता त्याच्या काळाहून व्यापक असावी एवढीच काय ती समाजाची अपेक्षा असते.

ललित वाङ्मयाच्या आनंदाचा उगम भावनाजागृतीत असला तरी त्यापलीकडे त्याचे कार्य नाही हे म्हणणे तरी निर्दोष आहे काय? मनुष्य हा हसणारा प्राणी असूनही करुणरसापासून त्याला उदात्त आनंद होतो तो उगीचच का? या उत्कट सहानुभूतीचा बुद्धीशी काहीच संबंध नसतो असे कोण म्हणेल? त्या-त्या क्षणापुरता रसिक वाचक ललितकृतीतील रसाशी अगदी तद्रूप होऊन जातो. सीतात्याग करणाऱ्या रामाची कानउघाडणी करावी अगर सिंधूला काठीने बडविणाऱ्या सुधाकराचा हात धरून ठेवावा असा विचार त्याच्या मनात तो प्रसंग पाहताना येत नाही काय? ललित वाङ्मय वाचताना सत्य, सौंदर्य, न्याय इत्यादिकांच्या बाजूने नकळत प्रत्येक वाचक लढत असतो. जो-जो कथा त्याच्या निकट अुभवातली, तो-तो त्याच्या या लढाऊ वृत्तीचे स्वरूप अधिक स्पष्ट! शकाराच्या हाती सापडलेल्या वसंतसेनेपेक्षा शंकरमामंजींच्या कारवाईला बळी पडलेली यमुना त्याला अधिक विचार करायला लावते. समाजाच्या प्रगतीला ललित वाङ्मय प्रेरक होते ते या दृष्टीनेच.

प्रेरणा करण्याचे हे सामर्थ्य ललित लेखनात असायला लेखकाचा दृष्टिकोन व्यापक, वास्तव व प्रगतीपर हवा. व्यक्ती या नात्याने लेखकाच्या आवडीनिवडी

संकुचित असतील. पण तेवढे व्यक्तित्व मग ते कितीही सौंदर्याने नटलेले असो प्रभावी लेखनाला पुरे पडत नाही. कॉलेजातील युवा-युवतींच्या प्रणयकथा आपल्या मनाच्या रंगाने चित्रित करताना पुढे काय, हा त्यातील शेकडा नव्वदांपुढे उभा राहिलेला राक्षसी प्रश्न कथालेखकाला दिसायला नको काय? मध्यमवर्गातील युवतींची आनंदी आनंदाने भरलेली वर्णने करताना प्रेमविवाह, आर्थिक स्वातंत्र्य, कुमारिकेचे मातृपद इत्यादिकांच्या चक्रव्यूहात सापडून भांबावून गेलेल्या त्यांच्या मनाशी कादंबरीकाराने समरस व्हायला नको का? गोरगरिबांविषयी सहानुभूती दाखविणारी चार वाक्ये लिहून जीवनाच्या या सर्वांत मोठ्या अंगाची संभावना करणारा लेखक शरीराने नव्या युगात असला तरी मनाने जुन्या युगातच वावरत असतो. आपल्या घरट्याच्या आसपास फिरत राहणाऱ्या पाखराला दूरदूरची गोड फळे खायला कधीच मिळत नाहीत! दूर जाण्याचे धाडस करणाऱ्या पाखरांपैकी काही पारध्यांच्या गोळ्यांना बळी पडत असतील; पण तेवढ्यामुळे जागच्या जागी पंख हलवीत बसणाऱ्या पाखरांची कुणी झाले तरी कीवच करील.

ललित लेखकाने आपल्या अनुभवाचे व कल्पनेचे क्षेत्र वाढविले की, त्याचे वाङ्मय सहजच वास्तववादी होते. त्याच्या डोळ्यांवरील व्यक्तित्वाचा चश्मा दूर होऊन तिथे सामाजिक दुर्बीण येते. कोणत्याही देशाच्या सध्याच्या वाङ्मयाकडे पाहिले तरी वास्तवाचा विविध विलासच तिथे दृष्टीस पडेल. पूर्वपरंपरा, सामाजिक परिस्थिती आणि संकुचित कार्यक्षेत्र यामुळे आपल्याकडील साहित्यात अजून वास्तवाला यावे तितके महत्त्व आलले नाही; किंबहुना त्याविषयीच्या कल्पना बऱ्याच संदिग्ध आहेत. 'घराबाहेर' नाटकातील निर्मला गृहत्याग करताना गळ्यातील मंगळसूत्र तोडून निघून जाते, ही गोष्ट वास्तव नाही असे काही टीकाकारांचे म्हणणे आहे. समाजातील शेकडा ऐंशी टक्के लोक जी गोष्ट करीत असतील तीच त्यांच्या मताने वास्तव ठरू शकेल. हा नियम मान्य केल्यास सकाळी चहा पिणे, दुपारी जेवणे, रात्री झोपणे (घोरत) असे म्हणत नाही; कारण शेकडा ऐंशी टक्के लोक घोरतात असे आकडेवारीने कुणीच सिद्ध केलेले नाही, इत्यादी कृती ज्यांच्यात आहेत त्या ललितकृतीच काय त्या वास्तव ठरतील आणि असले ललित वाङ्मय लिहायला निसर्ग, समाज, कला इत्यादिकांची उपासना करण्याचे प्रयोजन तरी काय आहे? खानेसुमारीचा अहवाल त्यांच्यापेक्षा अधिक स्फूर्तिदायक ठरायचा! कौन्सिलातील जागांप्रमाणे लोकसंख्येच्या प्रमाणावर वास्तवता अवलंबून असते, ही कल्पना अगदी हास्यास्पद नाही का? कंटाळलेली, 'गांजलेली, चिडलेली निर्मला क्षुब्ध मन:स्थितीत मंगळसूत्र तोडू शकेल की नाही, एवढेच प्रेक्षकांनी पाहावयाचे असते. किंबहुना, दहा वर्षे कोंडमारा झालेल्या तिच्या मनाचा स्फोट नाटककाराला दुसऱ्या कोणत्या कृतीने अधिक सुंदर रीतीने प्रगट करता आला असता? ललितकृतीत

जीवनातल्या उत्कट प्रसंगांची प्रतिबिंबे अल्पकाळात, थोड्याशा पृष्ठांत सजीव करून दाखववावयाची असतात. व्यवहारातील वास्तवता ही पिण्याच्या औषधाप्रमाणे मानली, तर वाङ्मयातील वास्तवता ही टोचून घालायच्या औषधाप्रमाणे आहे. त्या औषधांचे गुणधर्म एक असले तरी त्यांचे स्वरूप भिन्न असणेच स्वाभाविक नाही का?

वास्तवतेचा आत्मा स्वाभाविकता हा आहे. विशिष्ट परिस्थितीतील विशिष्ट मनुष्याचे वर्तन वाचकाला पूर्णपणे सुसंगत वाटले की, वास्तवाची कसोटी संपली. यादृष्टीने पाहिले तर वास्तवतेचा खरा विरोध अद्‌भूतरम्यता व कृत्रिमता यांच्याशी आहे. व्यक्तीच्या बाल्याप्रमाणे मानवजातीच्या बाल्यावस्थेत अद्‌भूतरम्यतेचा पगडा मानवी मनावर अधिक असावा, यात अस्वाभाविक असे काय आहे? पण श्री. न. चिं. केळकर यांच्यासारखे साहित्याचार्यही रसोत्कर्षाला अद्‌भूतरम्यता परिपोषक होते असे प्रतिपादन करतात, तेव्हा हे विधान विलक्षण वाटते. ते म्हणतात, 'बाबू चित्तरंजन दास यासारख्या गृहस्थाने मेल्या गेल्या बापाचे सर्व कर्ज फेडले असे ऐकले तर आपणाला विशेष आश्चर्य वाटेल. लौकिक इमानदारीची मजल प्राय: इथे संपेल. पण स्वप्नात एखाद्या याचकाच्या हातावर उदक सोडले तर ते खरे करणारा हरिश्चंद्र लौकिक युगात कुठे भेटणार? त्याकरिता अदृश्य, अलौकिक अशा काल्पनिक जगाकडेच गेले पाहिजे. हरिश्चंद्राच्या या उदाहरणावरून भावना जितकी प्रदीप्त होते व जितका रसोत्कर्ष होतो, तितका लौकिकातले वचनपरिपालन पाहून होणे शक्य नाही. अतिथी-सत्कार लौकिक जगात होत असतोच; पण श्रियाळ व चांगुणा यांनी स्वत:चा मुलगा मारून व रांधून अतिथीला वाढला तशी गोष्ट लौकिक जगात कोठून आढळणार? अर्थात अतिथिधर्माचे परमोच्च स्वरूप रंगवावयाचे तर पुराणाकडेच वळले पाहिजे!' खरोखर या दोन्ही कथा आजच्या वाचक-प्रेक्षकांच्या मनाला मानवी वाटतात काय? भोवतालच्या खऱ्याखुऱ्या जगाहून अत्यंत भिन्न असलेल्या जगात मौजेखातर मनुष्याचे मन रमू शकेल; पण त्यातील माणसे त्याला हाडामासाची वाटणे शक्य नाही. अतिथीकरता मुलाची हत्या करून त्याला उखळात कांडणारी आई आजच्या प्रेक्षकाला राक्षसीण वाटली तर त्यात नवल नाही. कदाचित हा मान तिच्या दारात धरणे धरून बसणाऱ्या देवाकडेही जाईल! अत्यंत आधुनिक पद्धतीने स्वप्नांची मीमांसा होत असलेल्या या काळात स्वप्नात राज्यदान करणारा हरिश्चंद्र खरा भासला, तरच त्याच्या त्या अलौकिक त्यागाचा मनावर पुढे परिणाम होणार! मृगजलाचे दृश्य सुंदर दिसते यात वाद नाही; पण ते पाहून हरणे धावू लागतात. माणसे फारतर ते गमतीने पाहतात. हरिश्चंद्राच्या या अलौकिक त्यागाचा शेवटही अलौकिकच होतो! तारामतीचा वध करण्याला हरिश्चंद्राने तलवार उगारली असताना शंकर एकदम प्रगट होऊन त्याचा हात धरतात! लक्षावधी लोकांचा बळी घेणारे

महायुद्ध थांबविण्याकरितासुद्धा ज्याने अवतार घेतला नाही, कोट्यवधी निरपराधी दीनदुबळ्यांच्या किंकाळ्या कानांवर पडूनही ज्याची झोपमोड होत नाही, त्या देवाच्या अवतारावर आता पुराणाला जाणाऱ्या आजीबाईखेरीज दुसऱ्या कुणाचा विश्वास बसणार? रसोत्कर्षाला अलौकिकत्व लागते हे खरे; पण अलौकिकत्व म्हणजे दैवी चमत्कार नव्हे. लौकिकाकडे अलौकिकत्व प्रगट करून दाखविणे हेच वास्तववादी वाङ्मयाचे खरे कार्य आहे. आजच्या मानवी मनाशी त्याचाच संवाद होऊ शकेल.

वास्तववादी वाङ्मयावरील या आक्षेपाचा अनेक दिशांनी विस्तार करण्यात येतो. ललितकृतीतील सामान्य मनुष्याची सुखदुःखे वाचकाला खरोखरच उत्कट वाटतात काय? बायका काय हल्लीच पळविल्या जातात असे नाही. पण सीताहरणाच्या प्रसंगातले कारुण्य मुंबईतल्या चाळीत राहणाऱ्या एका रामभाऊची सीताबाई नावाची बायको कुणी पळविली तर उत्पन्न होईल काय? या नाही त्या कारणाने अज्ञातवासात राहण्याची पाळी आलेली अनेक तेजस्वी माणसे आपण पाहतो. पण गदाधारी भीम विराटाच्या घरी पोळ्या लाटीत आहे आणि द्रौपदीला दासीची कामे करावी लागत आहेत, हे पाहून आपले मन जेवढे गहिवरून जाते, तेवढे सध्या अज्ञातवासात दिवस काढणाऱ्या माणसांच्या हकिगतींनी ते हेलावते काय? मद्यपानापायी राक्षस-पक्षासह धुळीला मिळालेला शुक्राचार्य दारूच्या पेल्यात तीन माणसांचे कुटुंब बुडविणाऱ्या सुधाकरापेक्षा अधिक परिणामकारक वाटत नाही का?

प्रमुख भूमिकांभोवती विभूतिमत्त्वाचे वलय असल्यावाचून ललितकृतीला परिणामकारकता येत नाही, असा या प्रश्नांचा निष्कर्ष वाटतो. पण भव्यता, अलौकिकता, विभूतिमत्त्व वगैरेंविषयीच्या आपल्या आजच्या कल्पना पुढे अशाच राहतील म्हणून काय नेम आहे? नाटकाचा नायक राजाच असला पाहिजे असा जवळजवळ संस्कृतमध्ये दंडकच नव्हता का? पण या संकुचित कल्पनेपलीकडे जाऊन चारुदत्ताला नायक करणारा शूद्रक यशस्वी झालाच की नाही? पूर्वीच्या नायक-नायिकांना असणारे विभूतिमत्त्व आजच्या सामान्य भूमिकांना नाही हे खरे. पण या भूमिकांद्वारे वैयक्तिक सुखदुःखापेक्षा सामाजिक सुखदुःखे चित्रित केली जातात, हा त्यांचा विशेष आहे. व्यक्तिविषयक अलौकिकत्वाची उणीव सामाजिक भव्यतेला भरून काढणे अशक्य नाही. गॅल्सवर्दीच्या Silvar Box मधला नायक कोण आहे? एका यःकश्चित मोलकरणीचा दारूबाज नवरा! पण त्याच्याविषयी वाचकाच्या मनात जी सहानुभूती उत्पन्न होते, ती तो तशाच प्रकारच्या परिस्थितीत सापडलेल्या दलितांचा प्रतिनिधी वाटतो म्हणून. सामाजिक कथेत उत्कटतेचे शिखर गाठण्याला सामान्य भूमिकेच्या मागे अदृश्य समाज हवा यात मात्र शंका नाही.

वाङ्मय वास्तववादी झाले की भाषेने सर्व अलंकारांचा त्याग केलाच पाहिजे, अशीही अनेकांची कल्पना झालेली आढळते. कित्येक ठिकाणी तर

‘बंधु-भगिनींनो’ हा शब्द फार कठीण दिसल्यामुळे त्याचे ‘भावाबहिणींनो’ असे रूपांतर करण्यापर्यंत भाषेच्या साधेपणाची मजल जात आहे. टांगेवाल्याला टांगा अग्निरथ-विश्रामस्थानाकडे न्यायला सांगणारे अगर बाजारात वाण्याकडे जाऊन तण्डूल व गोधूम मागणारे शब्दपंडित कुठे हयात असलेच, तर गाडी चुकून व अन्न न मिळून त्यांना योग्य शिक्षा आपोआपच होत असेल. परंतु प्रसाद हा भाषेचा मोठा गुण असला तरी प्रसाद म्हणजे भाषासर्वस्व नव्हे किंवा भाषासौंदर्यही नव्हे! ‘हिरवे हिरवे गार गालिचे। हरित तृणाच्या मखमालीचे।’ या बालकवीच्या ओळी असंस्कृत वाचकांना समजाव्यात म्हणून ‘हिरवे हिरवे गार गालिचे। हिरव्या गवती मखमालीचे।’ असे त्याचे रूपांतर करावयाचे की काय? व्यवहारात अगर मतप्रचारात शक्य तेवढी सुबोध भाषा वापरण्याकडे प्रत्येकाचा कटाक्ष असतो व असावा. प्रश्न आहे तो ललित वाङ्मयाचा. सुंदर मंदिराचे दगडसुद्धा काळजीपूर्वक निवडलेले असतात. ललितकृतीत शब्दांचे असेच महत्त्व आहे. नादमधुर, अर्थवाहक आणि आत्मविशिष्ट भाषाशैली ललित लेखकाने मोठ्या कष्टाने कमावलेली असते. ती भाषा लहान मुलांना अगर अशिक्षितांना पूर्णपणे कळत नसली म्हणून तिचे महत्त्व साहित्यदृष्ट्या कमी होत नाही.

मात्र, यामुळे कृत्रिम अलंकारप्रचुर रचनेचा सर्रास परवाना मिळतो असे कुणीच मानण्याचे कारण नाही. अलंकारांचा अतिरेक सौंदर्यात भर न घालता त्याची हानीच करतो. युवतीच्या केशकलापाला फुलांनी शोभा येते हे खरे; पण ते एका मर्यादेपर्यंतच. फुलांनी तिच्या मस्तकाचा केसभरही भाग जर दिसेनासा झाला तर या दृश्याने आपल्याला हसू आल्यावाचून राहणार नाही. परवाच कुठल्याशा वर्तमानपत्रात इहवृत्त वाचले - ‘उकाड्यामुळे आपल्या लाडक्यांच्या होणाऱ्या तळमळीकडे पाहून भूमातेच्या शोकाला भरती येऊन गेल्या रविवारी तिने अश्रुमोचन केल्याने सर्वांना जरा हायसे वाटले.’ या वृत्ताने प्रथम मी स्तंभितच झालो. नंतर माझ्या लक्षात आले की लेखकाला पाऊस पडला असे सांगायचे आहे. अलंकारिक भाषेतील अलंकार सोनाराने घडवावे लागतात. ते काम लोहाराकडे गेले म्हणजे अशी भयंकर कलाकुसर व्हायचीच? यापुढेच बातमी होती - ‘जन्मसंख्या संततिनियमनाच्या ओरडीला न जुमानता वाढत्या प्रमाणात असून तिच्यापुढे यमराजांनाही हात टेकावे लागले आहेत.’ आचरट विनोदाकरता लहान मुलांच्या मुळावर आलेले असले लेखक क्वचितच आढळतात ही भाग्याची गोष्ट आहे! अलंकारांच्या बाबतीत इतकेच म्हणता येईल की, बाणभट्ट व मोरोपंत यांचे युग मागे पडले हे लेखकाने विसरू नये. पण इब्सेन व स्टीफान झ्वाइग् यांच्या या युगातही ते रूपांतर पावून चमकल्यावाचून राहत नाहीत. सूचकता, प्रतीके, वातावरण इत्यादी पाश्चात्त्य वाङ्मयातील अगदी आधुनिक गोष्टी हे नवीन पद्धतीचे अलंकारच नाहीत का? हार्डी व ओ. हेन्री यांची

भाषा अनेकदा अलंकारिक असल्यामुळेच लेखकाचे सामर्थ्य व वैशिष्ट्य प्रगट करू शकते, हा अनुभव कुणा तरुणाला नाही?

सुबोधपणा हा भाषाशुद्धीचा एक प्रकार झाला. तिचे दुसऱ्या दृष्टीने शुद्धीकरण करण्याकरिता सध्या एक मोठा यज्ञ सुरू झाला असून त्यातील प्रमुख ऋत्विज बॅ. सावरकर व प्रो. माधवराव पटवर्धन हे आहेत. सी.आय.डी.तील मनुष्याच्या नजरेने ते मराठीत वापरला जाणारा प्रत्येक शब्द पाहतात आणि तो फारसी अगर इंग्रजी असल्यास लगेच त्याला हद्दपार करतात. या हाकलून दिलेल्या शब्दांची जागा भरण्याचे काम संस्कृत कोश व लेखकाची कल्पनाशक्ती या दाम्पत्याकडे सामान्यत: देण्यात येते. सावरकर-पटवर्धनांची तक्रार एका दृष्टीने रास्त आहे. खेडेगावातील लुगडी विकणारा फेरीवालादेखील 'नवीन डिझाईन, नवीन पॅटर्न' म्हणून ओरडत असतो. भिक्षुकसुद्धा आपले मत सांगताना म्हणतो, 'माझा पैंट (Point) असा आहे!' इंग्रजीने मराठीच्या ओसरीवरच नव्हे, तर माजघरातसुद्धा यथास्थित पाय पसरले आहेत. तिच्या लाथा खात खातच मराठी आपल्या घरात जीव मुठीत घेऊन वावरत आहे, हे सुशिक्षितांच्या साध्या संभाषणावरून देखील दिसून येईल. शिकलेल्या लोकांचे इंग्रजीमिश्रित मराठी उपाहारगृहातील मिसळीसारखे वाटते! कोणत्या वेळेला कसला तुकडा मिळेल याचा नेम नाही. फारसी शब्दांचा प्रश्न तर त्यापेक्षाही बिकट आहे. आपण वापरतो तो शब्द फारसी आहे असे ठाऊक असले तर पुढे त्याचे उच्चाटन करायचे की काय, हा विचार व्हायचा! रस्त्यात 'दोस्त' दिसो अगर 'दुश्मन' दिसो, 'दवाखान्यात' जाण्याचा प्रसंग येवो अगर 'फरासखान्यात' जाण्याची पाळी येवो, 'दस्तऐवजा'चे काम असो, नाहीतर 'खानेसुमारीचे' काम असो, सर्व ठिकाणी फारसी शब्दांचा आपण एकजात आश्रय घेत असतो.

या परदेशीय पाहुण्यांचे कोशातून उच्चाटन करण्याचे कार्य इष्ट आहे, असे क्षणभर गृहीत धरले तरी ते सर्वस्वी शक्य आहे काय? परक्या भाषेतील एकूणएक शब्दांवर बहिष्कार घालण्याचे धोरण भाषावृद्धीच्या दृष्टीनेही हिताचे नाही. आपणाला परकीय सत्तेचे राज्य नको असते, पण परदेशाशी व्यापार नको असे कोण म्हणेल? दोन भाषांचा संबंधही असाच नाही का? पांढरा केस दिसला की तो चिमट्याने उपटून टाकून चिरकाल तरुण राहू इच्छिणाऱ्या माणसाला आपल्या प्रयत्नात जेवढे यश येईल, तेवढेच यश शतकानुशतके व्यवहारात रुळलेले फारसी शब्द आणि दोन-तीन पिढ्या मराठीच्या अंतर्गृहात वावरणारे इंग्रजी शब्द हुसकून लावणाऱ्यांच्या पदरी पडेल. रक्तशुद्धीप्रमाणे भाषाशुद्धीच्या अभिनिवेशालाही मानवी व्यवहारापुढे अनेक वेळा मान खाली घालावी लागते, हे विसरून चालणार नाही.

अभिनिवेश हे कोणत्याही वादाचे एक टोक असते. अभिमानशून्यता हे त्याचे दुसरे टोक! 'आव जाव घर तुम्हारा' अशी मराठीची निदान संभाषणात तरी आजची

स्थिती आहे. इंग्रजीत ज्याला अमुक म्हणतात ते असे सांगण्याची पाळी चांगल्या विद्वान वक्त्यावर यावी हे लाजिरवाणे नाही काय? सामान्य माणसाची गोष्ट सोडाच, पण अनेक साहित्यिकांनाही इंग्रजीतील पत्रव्यवहाराचा मोह अजून आवरत नाही. मातृभाषेच्या भक्तीच्या ज्योतीवर धरलेली ही काजळी झाडण्याचे काम सावरकर-पटवर्धनांच्या अभिनिवेशाने होण्याचा संभव आहे. मात्र, विविध अर्थच्छटा असलेले व पूर्णपणे भाषेच्या पचनी पडलेले जुने परकी शब्द आणि जगाच्या वाढत्या व्यवहारामुळे अर्थवाहक म्हणून घ्यावे लागणारे नवे परकी शब्द, त्यांच्यावर सर्रास कुऱ्हाड चालविण्यात आपले शक्तिसर्वस्व त्यांनी खर्च करू नये. मनोरंजनात येणाऱ्या स्वयंपाकघरातील गोष्टीवरून स्फूर्ती मिळून गडकऱ्यांनी जशी विविध विनोदी पक्वान्ने तयार केली, त्याप्रमाणे 'रेकॉर्ड' सारख्या शब्दाच्या शुद्धीकरणाचा विधी पाहून आजच्या विनोदी लेखकांची प्रतिभाही जागृत होऊ शकेल. नवीन शब्दांची टांकसाळ प्रत्येक भाषेत असावीच. स्वत्व विसरलेल्या मराठीला तर ती अवश्य हवी; मात्र त्यात निष्क, मोहरा, शिवराई, वगैरे प्राचीन पद्धतीची नाणीच पाडण्याचा अट्टाहास असू नये. योग्य असेल तो टिकेल, हा जीवशास्त्राचा सिद्धान्त नवीन शब्दांनाही लागू पडतोच पडतो.

भाषाशुद्धीच्या अभिमानाला सोवळेपणामुळे जसे कित्येकदा हास्यास्पद स्वरूप येते, तसे ललित वाङ्मयाच्या टीकेलाही येऊ शकते. अग्निहोत्र मंदिरात आधुनिक वाङ्मयाची चर्चा झाली तर ती गोष्ट अत्यंत इष्टच आहे. पेन्शनरांच्या क्लबात क्रिकेटवर वादविवाद झाले म्हणून बाळगोपाळांना त्याचे दु:ख का व्हावे? मात्र असल्या वाङ्मयचर्चेला व्यापक, सामाजिक व साहित्यविषयक अधिष्ठान हवे. अनीती, अश्लीलता, पावित्र्य विडंबन इत्यादींची आपल्याच मनात तयार झालेली शास्त्रीय उपकरणे घेऊन ललितकृतीतील एखाद्या भागाची चिरफाड करणे म्हणजे टीका नव्हे. ललित लेखकाला नीती नको असते अगर पावित्र्याची पर्वा नसते असे थोडेच आहे! पण संक्रमणकाळात मानवतेची नीती परंपरागत नीतीपेक्षा नि:संशय निराळी होते. ललित लेखकाची जात मानवता, धर्म माणुसकी! त्यांची बंधने त्याला पाळावीच लागतात! श्रुती-स्मृती-पुराणोक्त नीतीच्या चौकटीत बसण्याइतकी त्याची समाजचित्रे निर्जीव नसतात हा काय त्याचा दोष म्हणायचा? वास्तवता व ध्येयवाद यांच्या मिलनात ललितकृती जन्म पावते. बुरख्याखाली कुरूपता झाकली जाते, तसे ढोंगासोंगांमागे सामाजिक रोगही लपतात. ही लपवालपवी ललित लेखकाला पटणार नाही. समाजात कुमारिकेच्या मातृपदाचा प्रश्न उपस्थित झाला असला तरी त्याने त्याला स्पर्शही करता कामा नये हा कुठला कायदा? जणू काही अशा कुमारिकेविषयी सहानुभूती दाखवणे म्हणजे इतर कुमारिकांना तिचे अनुकरण करण्याचा सल्ला देण्यासारखेच आहे! दिवसा

कडक उपवासाचे सोंग करून रात्री शिरापुरीवर ताव मारणारे ढोंगीबुवा समाजाला खपतात; पण भर दुपारी भुकेने व्याकूळ होऊन भाकरीची चोरी करणारा भिकारी मात्र त्याला चालत नाही. विज्ञान-शास्त्रे, मानसशास्त्र, अर्थशास्त्र, समाजशास्त्र इत्यादिकांची आजची प्रगती लक्षात घेऊन नीती-अनीतीचा नवा निकष खुशाल निर्माण करा. ललित लेखक काही मंगळावरून उतरून आपले लेखन करीत नसतो. त्याच्या लिखाणातून व्यक्त होणाऱ्या कल्पना-भावना त्याच्या समाजाच्या अंतर्मनात घुटमळत असतातच की नाही? केवळ कामुकतेला चाळविणारे विलास वर्णन कोणते आणि शृंगाररसाचा सुंदर परिपोष करणारे वर्णन कोणते, हे तारतम्य टीकाकारापाशी असले पाहिजे. 'तिने त्याच्याकडे पाहिले' असे वाक्य येताच टीकाकारांची वहिमी नजर लेखकाकडे वळू लागली तर सारा ग्रंथ तिथेच संपायचा! या पद्धतीच्या टीकाकारांची समाजहिताची कळकळ स्तुत्य आहे. पण थंडीवाऱ्यात आणि उन्हापावसात मुलाला मुळीच न जाऊ देणारी आई-सद्‌बुद्धीने का होईना त्याची प्रतिकारशक्ती जशी कमी करते, त्याप्रमाणे सत्याचे खरे स्वरूप पाहण्याचे समाजाचे सामर्थ्य ही अशी मंडळी खुरटवून टाकतात. भूतकाळाला सोने लागले असले तरी भविष्यकाळावर हिरेमाणके चमकायची आहेत हे त्यांनी विसरू नये. मानवजातीला सुखसंपन्न करण्याचा मक्ता कोणत्याही धर्माला, देशाला अगर पुस्तकाला मिळणे शक्य नाही. तो सहृदयतेने जगाकडे पाहणाऱ्या आणि जगातली दु:खे पाहून तडफडणाऱ्या, धडपडणाऱ्या मानवी बुद्धीकडेच नेहमी राहणार.

टीकाकारांचा हा वर्ग सोडून दिला तरी सध्याच्या मराठी वाङ्‌मयावर असंतुष्ट असणारे अनेक रसिक आहेत. असंतोषाच्या पोटीच नवी सृष्टी उत्पन्न होत असते. तेव्हा त्यांची टीका तिखट असली तरी ती परिणामी हितकारकच होईल. आजच्या मराठी वाङ्‌मयाच्या नदीतला मोठ्यातला मोठा मासा जर जागतिक वाङ्‌मयाच्या सागरात नेऊन सोडला तर तिथले लहान मासेसुद्धा त्याला खाऊन टाकतील असे ते म्हणतात. जागतिक वाङ्‌मय किंवा हिंदुस्थानातील परप्रांतीय वाङ्‌मय यांचा तुलनात्मक अभ्यास करण्याकडे मराठी साहित्यिकांचे असावे तसे लक्ष नाही, हे कोण नाकबूल करील? माडाच्या शेजारीच वाढणाऱ्या तुळशी नेहमीपेक्षा अधिक उंच होतात असा अनुभव आहे. मराठी साहित्याच्या विकासाला जागतिक साहित्य नि:संशय असे उपयोगी पडेल. माळावरला एरंड होण्यापेक्षा अरण्यातील जांभळीचे झाड होण्याची ईर्ष्या केव्हाही श्रेष्ठच! या जांभळीपासून आंबे मिळत नाहीत म्हणून मात्र तिची निंदा होऊ नये. लेखकाची व्यक्तिमत्ता विकासशील असते हे खरे; पण त्या विकासाला परस्थितीची बंधने असतातच! रशियात टर्जिनेव्ह, डोस्टोव्हस्की, टॉलस्टॉय व चेकॉव्ह होऊन गेल्यामुळेच गॉर्कीचे वैशिष्ट्य पूर्णतेला गेले. हरिभाऊ

आपटे यांच्यापाठोपाठ तसा लेखक मराठीत निर्माण होण्याची अपेक्षा भलत्याच उतावळेपणाने करण्यात काय अर्थ आहे? उच्च आदर्शाप्रमाणे पूर्ण वाङ्मय, परिस्थिती, स्वत:च्या मागील कृतीच्या मानाने लेखकाने दाखविलेली प्रगती, इत्यादी कसोट्या टीकाकारापाशी असल्या तर त्याच्या नि:पक्षपाती टीकेने लेखकाचा फायदाच होईल. याबाबतीत जरूर तेवढी खेळाडू वृत्ती दुर्दैवाने उभयपक्षी दाखविली जात नाही. याचे प्रत्यंतर पाहायला लांब जायला नको. अभ्यासपूर्ण टीकालेख अनेक मासिकांचे अंकच्या अंक चाळले तरी मिळत नाहीत. उलट कितीतरी नियतकालिकांचा कोणताही अंक पाहावा. आपल्या गैरमर्जीतील साहित्यिकांना ओचकारा, चिमटा, गुद्दा, चावा, काहीतरी त्यात असतेच! कित्येक प्राण्यांना आपले मतभेद यापेक्षा अन्य रीतीने प्रदर्शित करण्याची शक्ती निसर्गाने दिलेली नसते. पण वाङ्मयातील टीकाक्षेत्र पूर्णपणे या प्राण्याच्या हवाली करणे म्हणजे माकडाला सर्कशीचा मॅनेजर करण्यासारखे आहे.

चालू घटकेला डोळ्यांपुढे असणाऱ्या साहित्य क्षेत्रातील काही प्रश्नांविषयी बोलता बोलता इतका विस्तार झाला! वर्तमानपत्राचे आपल्या दैनिक जीवनात जे स्थान तेच असल्या चर्चेचे साहित्य मंदिरात असते. परंतु आपल्यापैकी प्रत्येक जण वर्तमानपत्राच्या ताज्या अंकावर झडप घालीत असला तरी ग्रंथवाचनाचा उदात्त आनंद त्यात मिळतो असे कोण म्हणेल? निर्मितीचा आंनद चर्चेपेक्षा असाच श्रेष्ठ असतो. वाङ्मय क्षेत्रात वादांची धूळ उडत असली तरी ती आपल्या डोळ्यांत जाऊ न देण्याची काळजी प्रत्येक साहित्यिकाने घेतली पाहिजे. आपल्या जिल्ह्यात काय अगर इतरत्र काय, साहित्यसेवा हा अजून उपजीविकेचा धंदा होऊ शकत नाही. शंभरापैकी नव्वद लेखक बहुधा हौसेने अगर क्वचित मनाच्या तळमळीने लिहितात. अशा हौशी पण गुणी लेखकांना मी एक नम्र विनंती करतो. त्यांनी आपले क्षेत्र आंधळेपणाने निवडू नये. लघुकथा अगर त्यासारखे कलात्मक वाङ्मय निर्माण करण्याच्या नादाला लागून अनेक होतकरू लेखकांचा उत्साह वाया जातो. 'शिखरावर नेहमीच जागा असते' या न्यायाने असल्या क्षेत्रात कितीही गर्दी झाली तरी असामान्य लेखक चटकन पुढे येतो हे खरे. पण शिखर गाठायला लागणारे त्राण साऱ्यांच्याच पायात असते असे नाही. अशा हौशी लेखकांनी इतर मोकळ्या क्षेत्रांकडे लक्ष दिले तर किती चांगले होईल? वाढत्या साक्षरतेबरोबर विविध बालवाङ्मय निर्माण होणे आवश्यक आहे. परदेशातील बाल-वाङ्मय पाहिले की एखाद्या राजकन्येच्या बहुमोल खेळण्यांची आठवण होते; पण आपल्या वाङ्मयातील त्याच शाखेकडे पाहिले तर एखाद्या दरिद्री बाईने आपल्या मुलाला खेळविण्याकरिता जुने रंगीत डबे आणि चिंध्यांच्या बाहुल्या कुठून तरी गोळा केल्या आहेत असा भास होतो. आपले जीवन विज्ञानयुगाच्या प्रवाहाबरोबर वाहत असून, समाजातील सर्वसामान्य मनुष्याचे ज्ञान मात्र अर्धे शतक

तरी मागे रेंगाळत आहे. आजच्या बाल-तरुणांनी उद्या नवयुगात सैनिकांना शोभण्यासारखी कामगिरी करून दाखवायला हवी असेल तर या युग-महात्म्याची बीजे त्यांच्या अंत:करणात आज रुजली पाहिजेत. बहुजन समाजाला बुद्धिवादी करण्याचे केवढे तरी कार्य आजच्या लेखकांपुढे आहे. या कार्याला साहित्याच्या प्रत्येक क्षेत्रात व हरएक क्षेत्राच्या प्रत्येक शाखेत हवा तितका वाव मिळेल. गोमंतकाला पोर्तुगीज-फ्रेंच, इंदूर-ग्वाल्हेरला हिंदी-उर्दू, नागपूरला बंगाली, बडोद्याला गुजराथी आणि बेळगाव-धारवाडला कानडी या भाषा काही परक्या नाहीत. त्यांच्यातील उत्कृष्ट कृतींचे अनुवाद झाले तर सौंदर्य व स्फूर्ती असा दुहेरी लाभ मराठीला होईल. अशा प्रकारचे विविध वाङ्मय कदाचित अजरामर होणार नाही; परंतु अमरपट्टा बांधून लेखकाने कंबर कसली म्हणजे अमर ललित वाङ्मय निर्माण होते असे थोडेच आहे! शाकुंतल लिहिताना कालिदासाला कितीसा आत्मविश्वास होता?

मराठी साहित्याची सर्वांगीण वाढ झपाट्याने व्हायला महाराष्ट्र विद्यापीठाची आवश्यकता आहे. हे विद्यापीठ कुठेही होवो! पण ते शक्य तितक्या लवकर झाले पाहिजे. साहित्यसंस्था व शिक्षणसंस्था यांनी याकामी कसून प्रयत्न करण्याची वेळ आली आहे. विद्यापीठ झाल्यावाचून उच्च दर्जाचे टीकावाङ्मय, विविध प्रकारचे विज्ञान ग्रंथ, आणि बहुजन समाजाची सुसंस्कृतता या गोष्टी आपल्यामध्ये अल्प प्रमाणातच दिसत राहतील.

विद्यापीठाप्रमाणे लिपीचाही प्रश्न मराठी साहित्यिकांनी एकमताने सोडविला पाहिजे. एकेकाळी लेखनाकरिता स्वीकारली गेलेली लिपी आजच्या छापखान्याच्या काळात तशीच चालू ठेवणे इष्ट आहे काय? सावरकरांच्या पद्धतीने मजकूर अधिक लवकर मुद्रित होऊ शकतो असे म्हणतात. याचा अर्थ मुद्रणाला सुलभ अशी लिपी अंगीकारली तर अप्रत्यक्ष रीतीने वाङ्मयप्रसारालाही साहाय्य होईल.

आजच्या साहित्यिकांत लिपीपासून वाङ्मयाच्या कार्यापर्यंत कितीही मतभेद अगर रुचिभिन्नत्व असले तरी ते सर्व मराठीचे नि:सीम भक्त आहेत. या शारदा मंदिरात केळकरांच्या मांडीला मांडी लावून केतकर बसले आहेत आणि ना. सी. फडके यांच्या समोरच ना. ह. आपटे दिसत आहेत. या क्षणी अत्रे आपल्याला हसवतील तर पुढल्याच क्षणी यशवंत आपल्या डोळ्यांत पाणी उभे करतील. सावरकरांचे खड्गयुद्ध आणि र. धों. कर्वे यांचे शरसंधान या दोन्ही गोष्टी कुणाला प्रेक्षणीय वाटणार नाहीत? आहिताग्नी राजवाड्यांपासून भाई डांगे यांच्यापर्यंत सर्व उपासकांची सेवा सध्याची मराठी शारदा हसतमुखानेच स्वीकारीत आहे यात संशय नाही.

वाङ्मयनिर्मिती म्हणजे नव्या सृष्टीचा जन्म! अशी सृष्टी तपश्चर्येवाचून उत्पन्न होत नाही. कलेचा दर्जा जितका उच्च तितके तिच्यात दिसणारे जीवनाचे वास्तवाचे

प्रतिबिंब अधिक सुंदर! मराठी लेखनकलेला हा दर्जा प्राप्त करून देण्याकरिता जरूर ती तपश्चर्या करायला आपण तयार आहो, असा संकल्प सोडण्याकरिताच संमेलने भरत असतात. आज आपल्याकरिता हा संकल्प सोडण्याचा मान मला दिल्याबद्दल आपले मन:पूर्वक आभार मानून तो सत्यसृष्टीत उतरविण्याची मी येथे जमलेल्या सर्व लहान थोर साहित्यिकांना विनंती करतो.

◆

न झालेले भाषण

झालेल्या गोष्टींपेक्षा न झालेल्या गोष्टींविषयी मनुष्याच्या मनात अनावर कुतूहल असते, यात शंका नाही. पहिल्या तारखेला हातात येणाऱ्या पगाराबद्दल प्रत्येक जण उदासीन असतो - निदान त्याच्याविषयी काव्यमय कल्पना करण्याच्या स्थितीत तरी असत नाही. पण साधा कारकूनसुद्धा सोडतीतले एक रुपयाचे तिकीट इतके जपून ठेवतो नि लॉटरीच्या निकालाच्या तारखेकडे त्याचे डोळे इतक्या उत्सुकतेने लागलेले असतात, की तिऱ्हाइताला हा यःकश्चित कारकून नसून, कुणी तरी महाकवी आहे असेच वाटावे! अनुभवामागून रखडत चालण्यापेक्षा आशेमागून धावत सुटण्यात आबालवृद्धांना जी गंमत वाटते, ती काय उगीच? महिना पाच रुपये मिळविणाऱ्या मोलकरणीपासून दरमहा दोन हजार रुपये मिळविणाऱ्या सिनेमानटीपर्यंत कुठल्याही स्त्रीच्या अंतःकरणात डोकावून पाहिले, तर ती जागृतीपेक्षा स्वप्नातच अधिक रंगून गेलेली आहे, असे आढळून येईल! 'झालेल्या गोष्टी' म्हणजे फुललेली फुले असतात. काळपुरुषाचा प्रत्येक निःश्वास त्यांना कोमेजवून टाकीत असतो. पण 'न झालेल्या गोष्टी' या न उमललेल्या कळ्या असतात! त्यांच्या सुगंधाविषयी व सौंदर्याविषयी मधुर कल्पना करण्यातच केवढा तरी आनंद असतो!

या अगर अशाच प्रकारच्या कल्पना करीत माझे हे 'न झालेले भाषण' ऐकणारांची थोडी फार निराशा होईल, हे आरंभीच सांगून टाकलेले बरे. कित्येकांनी या भाषणाविषयी मनात अनेक तर्कही केले असतील! अलीकडे भाषणे ठरवून, ती न होऊ देण्याची जी एक लाट आली आहे, तिच्यात खांडेकरही सापडले असावेत. कुठल्या तरी कॉलेजात किंवा नागपूरसारख्या सुप्रसिद्ध शहरात त्यांचे भाषण ठरलेले असावे आणि श्रोत्यांना आपल्या कानांपेक्षा तोंडाचा नि पायांचा अधिक उपयोग

करण्याची लहर आली असल्यामुळे ते भाषण पार पडले नसावे, अशा प्रकारची तर्कपरंपरा कुणाच्या मनात आली असल्यास तो त्याचा दोष नव्हे; ते सध्याच्या परिस्थितीचे प्रतिबिंब आहे, एवढेच मी म्हणेन!

माझ्या या न झालेल्या भाषणाला अशा प्रकारची ऐतिहासिक पार्श्वभूमी नसल्यामुळे कित्येकांना ते अळणी वाटण्याचाही संभव आहे. पण जून, १९४० मध्ये जमखिंडी येथे भरलेल्या दक्षिण महाराष्ट्र साहित्य संमेलनाचे अध्यक्षीय भाषण बाजूला ठेवून, माझ्या ज्या पाच भाषणांचा या पुस्तकात संग्रह करण्यात आला आहे, त्यांच्याविषयी व त्यांच्या अनुषंगाने साहित्य समेलनांतली अध्यक्षीय भाषणे किंवा साहित्यिकांची इतर भाषणे यांच्याविषयी मी मनमोकळेपणाने थोडी चर्चा करणार आहे.

गेल्या दहा वर्षांत मराठी साहित्यिकांना उच्चीचे ग्रह आले, यात शंका नाही. पैशाच्या दृष्टीने नव्हे! कारण पहिल्या दर्जाच्या दहा-वीस विविध लेखकांचा चांगल्या रीतीने चरितार्थ चालू शकेल, अशी परिस्थिती अजून उत्पन्न झालेली नाही. लेखन ही हवेसारखी फुकट मिळणारी गोष्ट नसून, नळाच्या पाण्याप्रमाणे त्यालाही मोबदला द्यावा लागतो, ही कल्पना गेल्या दहा वर्षांत दृढमूल झाली आहे, एवढेच! त्यामुळे कित्येक लेखकांचा कागद-शाईचा खर्च वसूल होत आहे, अनेकांची विडीकाडीची सोय होत आहे, काहींच्या कुटुंबाना मीठभाकरी मिळत आहे आणि एखाददुसरा मोटारीतही बसू शकत आहे. पण चित्रपटांचे कथालेखक व पहिल्या चार-पाच कादंबरीकारांत ज्यांची गणना होते, असे साहित्यिक सोडले, तर लेखनाचा मोबदला घेताना ज्याचा 'शतं'शी संबंध येतो, असा लेखक विरळाच सापडेल. अहोरात्र लेखणी शिणविणाऱ्या उपसंपादकांना किंवा वृत्तपत्रपंडितांना सुद्धा जिथे दहा-पंधरा वर्षे नोकरी केलेल्या मॅट्रिक कारकुनापेक्षा अधिक पगार मिळत नाही; तिथे स्वतंत्र अगर हौशी लेखकांना काय मिळणार? भुकेच्या वेळी काव्यातले सर्व रस निरुपयोगी ठरतात, हा अनुभव वाट्याला आल्यामुळे ज्यांना लेखनव्यवसाय अंशत: अगर संपूर्णत: सोडावा लागला व त्यामुळे त्यांच्या प्रतिभेचा पूर्ण विकास कधीच होऊ शकला नाही, अशी उदाहरणे आपल्याकडे काही थोडीथोडकी नाहीत!

पण अनुकूल परिस्थितीमुळे असो अथवा प्रतिकूल परिस्थितीशी झगडत राहिल्यामुळे असो, ज्यांनी लेखनव्यवसाय अखंड केला, त्यांना गेल्या दहा-पंधरा वर्षांत कीर्ती, मानसन्मान व लोकप्रियता या दृष्टीने कुरकुर करायला फारशी जागा राहिली नाही. मागच्या पिढीत कादंबरीकार म्हणून हरिभाऊ अत्यंत लोकप्रिय होते; पण त्या लोकप्रियतेचे स्वरूप बरेचसे अव्यक्त होते. मूठभर सुशिक्षित वगळल्यास हरिभाऊंना चाहणारा वर्ग घराच्या चार भिंतींबाहेर कधीच आला नाही. फडके यांना वाचकांकडून येणारी पत्रे आणि आपला आवडता कादंबरीकार म्हणून सभास्थानी प्रचंड श्रोतृवर्गाकडून होणारा त्यांचा गौरव या गोष्टी हरिभाऊंच्या वेळी स्वप्नसृष्टीतल्या वाटल्या असत्या!

फडके यांच्याप्रमाणे अत्र्यांची लोकप्रियताही मागच्या पिढीतील लोकांना अचंबा वाटावा, अशीच आहे. अवघ्या आठ वर्षांत अत्रे यांची आठ नाटके व तितक्याच बोलपट-कथा लिहिल्या आणि अत्र्यांच्या लेखणीत चपलता, चातुर्य व चटकदारपणा यांचा मोठा चमकदार संगम झाला आहे, हे तर खरेच! पण अवघ्या आठ वर्षांत लोकांना वेड लावणारी पाच नाटके गडकरी यांनीही लिहिली होती, १९१५ ते १९२५ या दशकातली वरेरकरांची नाट्यनिर्मितीही अत्यंत आकर्षक होती आणि त्याच वेळी खाडिलकर व बालगंधर्व या दोघांच्या कलागुणाच्या संगमाकडे हजारो लोक आवडीने धाव घेत होते, ही गोष्ट काही खोटी नाही. पण नाटककार म्हणून खाडिलकर-गडकरी-वरेरकर त्या काळी कितीही लोकप्रिय झाले असले, तरी आज अत्र्यांनाच नव्हे, तर त्याच्यापेक्षा कमी आकर्षक अशा वाङ्मक्षेत्रात काम करणाऱ्या माडखोलकर, पु. य. देशपांडे, सानेगुरुजी, अनंत काणेकर प्रभृती साहित्यिकांना जी वैयक्तिक लोकप्रियता लाभली आहे व जी सभा संमेलनांतल्या सत्काराच्या रूपाने वांरवार व्यक्त होत आहे, ती या वर उल्लेख केलेल्या थोर लेखकांच्या वाट्याला त्या काळी आली असली, तर अल्पांशानेच!

या स्थित्यंतरांची मुख्य कारणे दोन आहेत. पहिले, शिक्षणाचा प्रसार. शिक्षणाच्या वाढीबरोबर वाचकांची व रसिकांची संख्या वाढावी, यात नवल कसले? दुसरे, साहित्यिकांचे वक्तृत्व. मागच्या पिढीतल्या साहित्यिकांत खाडिलकर, शिवरामपंत परांजपे, अच्युतराव कोल्हटकर वगैरे पहिल्या प्रतीचे वक्ते असूनही, त्यांनी जे वक्तृत्व गाजविले, ते राजकारणाच्या सिंहासनावर; सरस्वतीच्या मयूरासनावर नव्हे! त्यांच्या तोडीच्या देवल, श्रीपाद कृष्ण, हरिभाऊ आपटे वगैरे साहित्यिकांत तर सार्वजनिकदृष्ट्या वक्तृत्व नव्हतेच, असे म्हटले तरी चालेल. देवल कुठल्याही जाहीर सभेत बोलले असतील की काय, याची शंकाच आहे. श्रीपाद कृष्णांनी जाहीर सभेत बोलण्याचे धाडस केले, ते चाळिशी उलटल्यावर. अभिजात विनोदी प्रतिभेमुळे त्यांचे छोटे भाषणसुद्धा चटकदार होत असे, यात शंका नाही; पण आपल्या वक्तृत्वाविषयी त्यांना आत्मविश्वास कधीच वाटला नाही. हरिभाऊंनी प्रांतिक राजकीय परिषदेचे स्वागताध्यक्षपद विभूषित केलेले मला ठाऊक आहे. अनेक वर्षे ते म्युनिसिपालिटीचे अध्यक्षही होते. ग्रंथसंग्रहालयाच्या अध्यक्षस्थानावरून त्यांनी केलेली भाषणे अत्यंत मार्मिक आहेत. पण रूढ अर्थाने ती भाषणे असली, तरी तत्त्वत: ते चर्चात्मक निबंधच आहेत. म्हणजे सध्याच्या साहित्यिकांप्रमाणे त्यांनी वाङ्मयविषयक भाषणे क्वचितच केली असतील. फडके आणि अत्रे यांच्या लोकप्रियतेला त्यांचे लेखन जितके कारणीभूत आहे, तितकेच त्यांचे वक्तृत्वही आहे. या दोघांपैकी एकापाशी मधुर मुरली आहे, तर दुसऱ्याजवळ मुलुखमैदान आहे. पण दोघांचाही असंख्य श्रोत्यांशी वारंवार संबंध येत असल्यामुळे व लोकांना लेखकाच्या

वाङ्मयगुणांइतकेच त्याच्या व्यक्तित्वाचेही आकर्षण असल्यामुळे मागच्या पिढीतल्या उत्कृष्ट साहित्यिकाला दुर्लभ असणारी लोकप्रियता त्यांना व त्यांच्या बरोबरीच्या इतर लोकांना लाभली आहे.

या लोकप्रियतेची दृश्य चिन्हे म्हणजे कॉलेजातल्या मराठी-वाङ्मय-मंडळाचे वार्षिक उत्सव आणि स्थानिक व प्रांतिक वाङ्मय संमेलनेही होत. हे सर्व समारंभ-उत्सव अथवा स्नेहसंमेलने यादृष्टीने पाहिले, तर अत्यंत यशस्वी होतात. पण मराठी वाङ्मयाच्या प्रगतीला साहाय्य करण्याचा त्यांचा जो मूळ हेतू असतो, तो कितपत सिद्धीला जातो, याविषयी मात्र साशंकता वाटते.

आपण स्थानिक व प्रांतिक संमेलनांचीच गोष्ट घेऊ या. (महाराष्ट्र साहित्य संमेलन ही कुठल्याही प्रांतिक संमेलनाची वाढविलेली आवृत्ती असल्यामुळे त्याविषयी निराळे लिहिण्याची जरुरी नाही!) या संमेलनाचा कार्यक्रम बहुधा दीड दिवसाचा असतो. पहिला अर्धा दिवस स्वागताध्यक्ष व अध्यक्ष यांची भाषणे व विषयनियामक कमिटीची निवड यातच खर्च होतो. हा 'छापील' कार्यक्रम कंटाळवाणा होतो! पण त्यात बदल करण्याचे मात्र कुणीच मनात आणीत नाही. अध्यक्षाने आपले भाषण आधी लिहून काढायचे, संमेलनाने ते छापायचे, कार्यक्रमाच्या आरंभीच त्याच्या प्रती वाटायच्या आणि हातांतल्या छापील भाषणाबरहुकूम अध्यक्षमहाराज बोलताहेत की नाही, याची परीक्षा घेत घेत आणि जांभया देत देत श्रोत्यांनी तास-सव्वा तास बसायचे, असा हा कृत्रिम नाटकी प्रकार कुणाला स्फूर्तिदायक वाटणार? सहजस्फूर्त भाषणामध्ये श्रोत्यांना आकृष्ट करण्याचे जे सामर्थ्य असते, ते एखाद्या सुंदर निबंधाच्या वाचनात कुठून व्यक्त होणार? शिवाय उत्तम लेखक हा उत्तम वाचक असतोच, असे नाही! किंबहुना, भाषणाइतकीच वाचन हीही एक अवघड कला आहे आणि ती सर्वांनाच साध्य होत नाही. बडोद्याला काव्य विभागाचे अध्यक्ष म्हणून माधवराव पटवर्धनांनी आपले जे भाषण वाचून दाखविले, त्याची प्रभावी स्मृती माझ्याप्रमाणे अनेकांच्या मनांत अद्यापीही रेंगाळत असेल. त्या वाचनात वक्तृत्व होते, तसे व्यक्तित्वही होते. त्यामुळे ते एखाद्या समयस्फूर्त-सुंदर भाषणाइतके लोकांना परिणामकारक वाटले. पण तलावातल्या पाण्यात वाहत्या नदीची गती दाखविण्याचा हा चमत्कार बहुतेकांना असाध्य असतो. अर्थात, संमेलनाच्या अध्यक्षाचे वाचन हे अनेकदा इन्स्पेक्टरपुढे विद्यार्थ्याने केलेल्या वाचनाइतकेच नीरस होते.

या संग्रहातल्या भाषणांचे मलाही असेच वाचन करावे लागले आहे. या प्रत्येक भाषणाच्या वेळी झालेली माझी त्रेधा- त्यांतले काही प्रसंग स्वप्नात दिसले, तर अजूनही मी दचकून जागा होईन! बडोदे येथे दूरध्वनिक्षेपकाचे नि माझे काही केल्या जमेना. त्याची माझी पहिलीच सलामी होती ती! ध्वनिक्षेपकाच्या तोंडाला तोंड दिले, तरी त्याला राग येतो आणि आपण दुसरीकडे पाहू लागलो, तरी तो रुष्ट होतो, याची

मला मुळीच कल्पना नव्हती त्या वेळी. व्यवस्थापकांनी त्याला खाली केले, वर केले, पण त्याच्या उठाबश्यांचा उपयोग मला मुळीच झाला नाही. वाचताना तोंड थोडे इकडे तिकडे झाले की, एका बाजूहून माझ्या आवाजाचा इतका मोठा प्रतिध्वनी मला ऐकू येई, की आज आपल्या अंगात कुठला राक्षस संचारला आहे, याविषयी माझे मन विचार करू लागे.

सोलापूरला समोर उभा राहणारा ध्वनिक्षेपक नसल्यामुळे एका हातात ध्वनिक्षेपक व दुसऱ्या हातात छापील भाषण घेऊन मी वाचनाची जी कसरत केली, तिची आठवण झाली की अजून अंगाला घाम सुटतो! मडगाव, पुणे व मुंबई इथले माझे वाचन साधारण बरे झाले. पण सोलापूरला काय किंवा मडगाव - मुंबईला काय, माझी समारोपाची भाषणेच लोकांना अधिक आवडली. यावरून योग्य तो बोध घेऊन मी गतवर्षी जमखिंडीला अध्यक्षीय भाषण लिहिलेच नाही आणि ते भाषण केवळ माझ्याच नव्हे, तर सर्व श्रोत्यांच्याही दृष्टीने आकर्षक झाले.

लिहिलेले भाषण न वाचता ते साभिनय पाठ म्हणून दाखविण्याचा विक्रम करणारे काही लोक आहेत, ही गोष्ट मात्र येथे नमूद केली पाहिजे. बडोदे येथील १९३४ सालच्या संमेलनाचे अध्यक्ष श्री. ना. गो. चाफेकर यांनी आपल्या छापील भाषणाची पहिली सतरा-अठरा पाने अक्षरश: बोलून दाखविली होती. पुढे काही भाग गाळण्याचे ठरवून, त्यांनी छापील प्रतीचा आधार घेतला, ही गोष्ट निराळी! १९३६च्या बडोदे-प्रांतिक-संमेलनाचे अध्यक्ष अत्रे यांनीही आपले लिहिलेले लांबलचक सुंदर भाषण, जणू काही ते समयस्फूर्त आहे, अशा पद्धतीने लोकांपुढे मांडले होते. गतवर्षी रत्नागिरीला गेलेले अनेक लोक मोठ्या कौतुकाने एकच गोष्ट सांगत असत — फडक्यांनी भाषण केले, ते अगदी छापल्याबरहुकूम! त्यात कानामात्रेचा सुद्धा फरक नव्हता! अत्रे आणि फडके यांना ही भाषणे तोंडपाठ करायला किती वेळा लागला असेल, हे त्यांचे त्यांनाच ठाऊक! लिहिलेले भाषण केवळ एक-दोन वेळा वाचून त्यांनी हा चमत्कार करून दाखविला असेल, तर त्यांची स्मरणशक्ती फार तीव्र आहे, एवढाच निष्कर्ष त्यावरून निघेल. पण प्रत्येक संमेलनाचा अध्यक्ष असा एकपाठी असणे संभवत नाही, हे उघड आहे.

या सर्व गोष्टी लक्षात घेतल्या, म्हणजे अध्यक्षाचे भाषण हा जो संमेलनातला अतिशय महत्त्वाचा भाग, तो सद्य:स्थितीत किती मामुली व परिणामशून्य वाटतो, याची कल्पना करता येईल. यापेक्षा संमेलनाच्या अध्यक्षाने लहानसे प्रास्ताविक भाषण करून संमेलनाला सुरुवात करावी, संमेलनामध्ये वादग्रस्त अशा अनेक विषयांची चर्चा व्हावी आणि त्या चर्चेचा विस्तृत समारोप हेच अध्यक्षाचे मुख्य भाषण मानण्यात यावे, अशी व्यवस्था झालेली बरी! अध्यक्षाचे भाषण शेवटी ठेवण्याची कल्पना ज्यांना कशीशीच वाटेल, त्यांनी आपल्या समाधानासाठी त्याच्याकडून

एखादा वाङ्मयचर्चात्मक निबंध आधी लिहवून घ्यावा व ती छापून संमेलनात वाटावा! पण छापील भाषणाच्या वाचनाचे नीरस नाटक मात्र कार्यक्रमात असू नये.

अध्यक्षीय भाषणाइतकेच चर्चेचे विषय व वक्ते यांचेही संमेलनात महत्त्व आहे. एकाच स्थळावर अनेक मुलींच्या बापांनी उड्या घालाव्या किंवा एकाच जागेसाठी अनेक पदवीधरांनी अर्ज करावे, त्याप्रमाणे वर्षानुवर्ष आमच्या अनेक संमेलनांना एकच चर्चेचा विषय पुरतो. 'पुरोगामी वाङ्मय', 'चित्रपट', 'वाङ्मय व प्रचार' ('कला व जीवन' या वादाचे नवे नाव), 'वैयक्तिक टीका', इत्यादी पाच-दहा विषयांचे चर्वितचर्वण करण्यापलीकडे अजून आमची गतीच जात नाही. शेकडो (प्रसंगी हजारो) रुपये खर्च करून लोकांना वाङ्मयामृत पाजण्याकरिता संमेलनाची पाणपोई उघडली जाते. पण या पाणपोईवर आलेला प्रत्येक मनुष्य मनात म्हणत असतो, 'इथे अमृत म्हणून जे आम्हाला पाजले, ते पाण्यासारखेच लागत होते की! मधून मधून सोडालिंबू प्यायल्यासारखे वाटे, हे खरे! पण...'

चर्चेच्या विषयात जसे नावीन्य हवे, त्याप्रमाणे वक्त्यातही अभ्यास आणि वक्तृत्व हे दोन गुण-निदान पहिला-अवश्य हवा! श्राद्ध अडून राहते, म्हणून रस्त्यावर दिसेल त्या ब्राह्मणाला बोलावून आणून पाटावर बसविणारे यजमान असतात ना? संमेलनाचे चालक अनेकदा त्यांचे अनुकरण करतात. मौजेने संमेलनाला आलेल्या स्त्री-पुरुषमंडळींतली जी बोलकी असतील, भिडेला बळी पडत असतील किंवा आपली विद्वत्ता अगर वेषभूषा यांचे प्रदर्शन करण्याची ज्यांना हौस असेल, त्यांना वेठीला धरून संमेलनातल्या चर्चांची अनेकदा सजावट केली जाते. या कार्यक्रमाने आपली बौद्धिक क्षुधा तृप्त झाली नाही, तरी मनमुराद फुकट करमणूक व्हायला काही हरकत नाही, अशा समजुतीने श्रोतेही ती चर्चा ऐकतात. चर्चेचा हा अनुभव लक्षात घेता, कुठल्या तरी मिळमिळीत विषयापेक्षा अध्यक्षाच्या भाषणात उपस्थित झालेल्या महत्त्वाच्या मुद्द्यांचाच ऊहापोह संमेलनात होईल तर अधिक बरे, असे वाटू लागते. गतवर्षी रत्नागिरीला प्रो. फडके यांनी आपल्या भाषणात नियतकालिकांच्या हीन अभिरुचीवर हल्ला चढविला. या प्रश्नाला वादविवादात अतिशय रंगणाऱ्या दोन बाजू असूनही संमेलनात ज्या विषयांची चर्चा झाली, ते 'मुक्तछंद' व 'चित्रपट' हे होते! पुढे थोड्या दिवसांनी माडखोलकरांच्या अध्यक्षतेखाली जे शारदोपासक संमेलन भरले, त्यातही याच प्रकाराची पुनरावृत्ती झाली. अध्यक्ष, महाराष्ट्रात 'बौद्धिक अराजक' माजले आहे, म्हणून आक्रोश करीत असताना आम्ही शांतपणाने टीकावाङ्मयाविषयी चर्चा केली!

कुठलेही संमेलन लेखक निर्माण करू शकणार नाही, हे उघड आहे. प्रत्येक प्रांतिक संमेलनाने काही तरी विधायक कार्यक्रम आखावा, हे म्हणणे प्रथमदर्शनी सोपे दिसते. पण राष्ट्रीय सभेचा विधायक कार्यक्रम जसा खादी-चरख्यापलीकडे

जाऊ शकत नाही, त्याप्रमाणे साहित्यसंस्थांचा विधायक कार्यक्रमही स्नेहभोजने व कायम ठशाची संमेलने यांच्या पलीकडे अद्यापि फारशी मजल मारू शकत नाही. ठिकठिकाणच्या साहित्यसंस्था संघटित होऊन, काही अखंड कार्य करू शकल्या, तर ते इष्टच आहे. पण कुठल्याही संस्थेतर्फे भरणाऱ्या साहित्य संमेलनापुरतेच बोलायचे, तर त्या संमेलनाने लोकांचे बौद्धिक आलस्य दूर केले पाहिजे, त्यांना उच्च वाङ्मयाच्या रसग्रहणाला अधिक समर्थ केले पाहिजे, 'हिचे पुत्र आम्ही, हिचे पांग फेडू' हे उद्‌गार रसिकांच्या तोंडांतून आपोआप बाहेर येतील, अशा प्रकारचे भाषाप्रेम त्याने जनतेच्या अंत:करणात निर्माण केले पाहिजे. हे साध्य व्हायला आजच्या आपल्या संमेलनविषयक कल्पनांत बरेच बदल करावे लागतील. अध्यक्षीय भाषण हा विद्वत्तापूर्ण निबंध न राहता, ते बुद्धीला आणि भावनांना चालना देणारे वक्तृत्व झाले पाहिजे, चर्चेच्या विषयात नावीन्याबरोबरच सामान्य श्रोत्याला आकृष्ट करण्याचे सामर्थ्य आले पाहिजे, सर्व चर्चा अधिकारी लोकांकडूनच झाली पाहिजे आणि संमेलनाला हजर न राहू शकलेल्या हजारो मराठी रसिकांना या बौद्धिक मेजवानीचा अंशत: तरी लाभ व्हावा, म्हणून संमेलनातली सर्व भाषणे लघुलेखकांकडून लिहवून घेऊन, ती वृत्तपत्रात अक्षरश: प्रसिद्ध झाली पाहिजेत.

कारण महत्त्वाची भाषणे अक्षरश: छापली गेली नाहीत, तर प्रत्येक संमेलनानंतर चार-दोन महिने अनेक वर्तमानपत्रांत बराचसा उलटसुलट मजकूर प्रसिद्ध होऊन, मुख्य विषयाविषयी वाचकांच्या मनात गोंधळ मात्र निर्माण होईल. भाषणाचा गोळाबेरीज केलेला अहवाल अनेकदा संदिग्ध असतो. या संदिग्धपणाचा किंवा वक्त्याच्या अथवा अहवाल- लेखकाच्या नजरचुकीचा फायदा घेण्याकरिता टपून बसलेले विद्वान लोकही विपुल असतात! या बाबतीतला माझा गेल्याच महिन्यातला अनुभव मोठा मनोरंजक आहे. कल्याणला माझे एक चित्रपटविषयक व्याख्यान झाले. त्यात मूळ हस्तलिखित निर्दोष असूनही, छापखान्यात कम्पोझिटरच्या प्रतापामुळे त्यात ज्याप्रमाणे चुका होतात, त्याप्रमाणे चित्रपट-कथा पडद्यावर आणताना दिग्दर्शकाच्याही हातून तिच्यात दोष निर्माण हातात, असे सूचित करण्याच्या दृष्टीने मी काही वाक्ये बोलून गेलो. ही तुलना एका विशिष्ट गोष्टीपुरतीच आहे, हे श्रोत्यांना बजावून सांगण्याची जरुरी मला वाटली नाही. मर्यादित वेळेत माझे विविध विचार मला श्रोत्यांपुढे मांडावयाचे असल्यामुळे प्रत्येक लहानसहान विधानाच्या दोन्ही बाजू अथवा प्रत्येक तुलनेच्या स्पष्ट मर्यादा चित्रित करायला मला सवडही नव्हती. या व्याख्यानाचा सारांशही प्रसिद्ध होण्यापूर्वी माझ्या नजरेखालून गेला नाही. मात्र, एका लेखकाने स्तंभातून आणि दुसऱ्या एका दिग्दर्शकांनी कंसांतून खांडेकराचा मूर्खपणा लोकांपुढे मांडण्याकरिता 'दिग्दर्शक म्हणजे नुसता कम्पोझिटर आहे!' हे माझे सिद्धान्तवाक्य असल्याचा कांगावा करून जेव्हा माझ्यावर टीका केली, तेव्हा कुठे

मी जागा झालो! विशेष नवलाची गोष्ट ही, की ज्या लेखक-दिग्दर्शकांनी मी हे वाक्य अगदी ठासून बोललो, असे गृहीत धरले, त्या दोघांनाही मी लेखकाला ज्याप्रमाणे शब्दसृष्टीचा, त्याप्रमाणे दिग्दर्शकाला चित्रसृष्टीचा ईश्वर मानतो, हे पुरेपूर ठाऊक आहे. पण ही ठाऊक असलेली गोष्ट ते सोईस्करपणाने विसरले नसते, तर खांडेकराचा सुखासुखी उपहास करण्याची संधी त्यांना कशी मिळाली असती?

नावडतीच्या अळणी मिठाविषयी उलटसुलट चर्चा करण्यातच सध्याच्या लेखकांची शक्ती आणि वर्तमानपत्रांची जागा खर्ची पडत आहे! उद्या साहित्य संमेलनातल्या महत्त्वाच्या भाषणांतून आणि चर्चेतून असले शुष्क आणि नळावरल्या अडाणी बायकांच्या भांडणांशी स्पर्धा करणारे वादविवाद बाहेर पडू नयेत, म्हणूनच मी लघुलेखकांकडून भाषणे टिपून घेण्याची सूचना मुद्दाम वर केली आहे

ही पाच अध्यक्षीय भाषणे- पाच लहान-मोठी फुले-सुवासिक आहेत, असे नाही. पण माझ्यावर अखंड प्रेम करून, ज्या महाराष्ट्रीय रसिकांनी एका खेड्यातल्या शाळामास्तराला साहित्यपर्वताची बिकट चढण चढायला प्रोत्साहन दिले, त्यांनाच ती अर्पण करण्यात एक प्रकारचे औचित्य आहे. नाही का?

खासबाग, कोल्हापूर   वि. स. खांडेकर
२३/१/१९४१

◆

www.ingramcontent.com/pod-product-compliance
Lightning Source LLC
LaVergne TN
LVHW020004230825
819400LV00033B/990

* 9 7 8 8 1 7 1 6 1 5 9 4 0 *